மகிழம்பூ மணம்

மகிழம்பூ மணம்
ஜயந்த் காய்கிணி (பி. 1955)

ஜயந்த் காய்கிணி: பிறந்தது கடற்கரை புனித கோவில் நகரமான கோகர்ணாவில். உயர் வேதியியல் துறையில் பட்டம் பெற்று, மும்பையில் மருந்தாக்கத் தொழில் நிறுவனம் ஒன்றில் இருபதாண்டுகளாகப் பணிபுரிந்து, தற்போது பெங்களூருவில் வசிக்கிறார். கவிஞர், சிறுகதை எழுத்தாளர், கட்டுரையாளர், நாடக எழுத்தாளர், கன்னட சினிமா பாடலாசிரியர், வசனகர்த்தா. ஆறு சிறுகதைத் தொகுப்புகளும் ஐந்து கவிதைத் தொகுப்புகளும் மூன்று நாடகத் தொகுப்புகளும் வெளிவந்திருக்கின்றன.

பெருமைக்குரிய பல விருதுகளைப் பெற்றவர். கர்நாடக சாகித்ய அகாடெமியின் நான்கு விருதுகள், குசுமாக்ராஜ் ராஷ்ட்ரீய பாஷா புரஸ்கார், கதா தேசிய விருது, நான்கு ஃபில்ம் ஃபேர் விருதுகள், சினிமா பாடல் – வசனத்திற்காக இரண்டு கர்நாடக மாநில விருதுகள் பெற்றவர். தும்கூர் பல்கலைக் கழகம் இவருக்குக் கௌரவ முனைவர் பட்டம் அளித்துப் பெருமைப்படுத்தியிருக்கிறது. இவரது 'நோ ப்ரெசெண்ட் ப்ளீஸ்' சிறுகதைத் தொகுப்பு ஆங்கிலத்தில் மொழிபெயர்க்கப்பட்டு 'தென்னாசிய இலக்கிய 2018' இன் டி.எஸ்.சி. விருதைப் பெற்றிருக்கிறது. பெங்களூர் 'அட்ட கலாட்டா இலக்கிய விழா 2018' புனைகதைகளுக்கான விருதையும் பெற்றிருக்கிறார்.

கே. நல்லதம்பி (பி. 1949)
மொழிபெயர்ப்பாளர்

பிறப்பு மைசூரில். படிப்பு B.A.வரை. ஒரு தனியார் நிறுவனத்தில் வியாபாரப் பிரிவின் அகில இந்திய மேலாளராக முப்பத்தைந்து வருடங்கள் வேலை பார்த்து ஓய்வுபெற்றவர். நிழற்படக் கலையில் ஆர்வம் உள்ளவர். அகில உலக, தேசியக் கண்காட்சிகளில் இவரது நிழற்படங்கள் பார்வைக்கு வைக்கப்பட்டுப் பரிசுகளும் பெற்றிருக்கின்றன. கன்னடத்திலிருந்து தமிழுக்கும் தமிழிலிருந்து கன்னடத்திற்கும் இவர் மொழிபெயர்த்த கவிதைகள், சிறுகதைகள், கட்டுரைகள் பல இதழ்களில் வெளியாகியுள்ளன.

தற்போது பெங்களூரில் வசிக்கிறார்.

[sangam house]

YALI

இந்நூலின் மொழிபெயர்ப்புக்கு 'யாளி திட்டம்' நல்கை வழங்கியுள்ளது.

இந்திய மொழிகளுக்கிடையிலும் இந்திய மொழிகளிலிருந்து அயல் மொழிகளுக்கும் மேற்கொள்ளப்படும் மொழிபெயர்ப்புகளை சங்கம் அமைப்பின் யாளி திட்டம் பேணிப் பண்படுத்துகிறது. பதிப்பாளர்களுடனும் செம்மையாக்குநர்களுடனும் (எடிட்டர்) யாளிக்கு இருக்கும் பரவலான தொடர்புகளைப் பயன்படுத்தி இந்த மொழிபெயர்ப்புகளை வெளியிடவும் அவை பரவலாகக் கிடைக்கும்படி செய்யவும் யாளி முயற்சி செய்கிறது.

மொழிபெயர்ப்பாளர்களின் சமூகத்தைக் கட்டமைக்கவும் பதிப்பகங்களின் நூல் வரிசையில் மொழிபெயர்ப்புகளை முன்னிலைப்படுத்தவும் யாளி ஈடுபட்டுவருகிறது. இந்திய மொழிப் படைப்புகளைப் பற்றிய விழிப்புணர்வையும் ரசனையையும் இந்தியாவிலும் அயலிலும் செழுமைப்படுத்த அது முயற்சி செய்கிறது.

ஜயந்த் காய்கிணி

மகிழம்பூ மணம்

கன்னடத்திலிருந்து தமிழில்
கே. நல்லதம்பி

காலச்சுவடு பதிப்பகம்

மகிழம்பூ மணம்: சிறுகதைகள் ♦ ஆசிரியர்: ஜயந்த் காய்கிணி ♦ கன்னடத்தி லிருந்து தமிழில்: கே. நல்லதம்பி ♦ © ஜயந்த் காய்கிணி ♦ முதல் பதிப்பு: டிசம்பர் 2019 ♦ வெளியீடு: காலச்சுவடு பப்ளிகேஷன்ஸ் (பி) லிட்., 669, கே.பி. சாலை, நாகர்கோவில் 629001

காலச்சுவடு வெளியீடு: 949

makizampuu maNam ♦ Short Stories ♦ Author: Jeyant Kaikini ♦ Translated from Kannada into Tamil by: K. Nallathambi © Jeyanth Kaaikini ♦ Language: Tamil ♦ First Edition: December 2019 ♦ Size: Demy 1 x 8♦ Paper: 18.6 kg maplitho ♦ Pages: 136

Published by Kalachuvadu Publications Pvt. Ltd., 669, K.P. Road, Nagercoil 629001, India ♦ Phone: 91-4652-278525 ♦ e-mail: publications @kalachuvadu.com ♦ Wrapper printed at Print Specialities, Chennai 600014 ♦ Printed at Mani Offset, Chennai 600077

ISBN: 978-93-89820-14-0

12/2019/S.No.949, kcp 2526, 18.6 (1) 9ss

பொருளடக்கம்

நோ பிரசென்ட்ஸ் ப்ளீஸ்	9
கண்ணுக்குத் தெரியாத காடு	19
பார்ட்னர்	33
பாமினி சப்தபதி	40
கண்ணாடி இல்லாத ஊரில்	52
தூஃபான் மெயில்	66
மகிழம்பூ மணம்	76
கிணற்றில் ஒரு கதவு	87
கேட் வே	96
டிக் டிக் நண்பன்	105
ஒபேரா ஹௌஸ்	122

நோ பிரசென்ட்ஸ் ப்ளீஸ்

கட்டுமானப் பணி பாதியில் நின்றிருந்த காட்கோபர் ஃப்ளை ஓவர் வெடிகுண்டு தாக்குதலால் இடிபட்டு அழிந்த பாலத்தைப்போல தெரிந்தது. இரண்டு பக்கங்களிலும் அரைகுறையாகக் கட்டிய பாலத்தின் நடுவில் இருந்த தூண்கள் விசாலமான வெற்று வானத்தைத் துளைக்கும் கம்பிகளைப்போல நிலத்திலிருந்து எழுந்து நின்றிருந்தன. இந்த முழுமையடையாத பாலத்திற்குக் கீழே கிடைக்கும் இடங்களுக்கு இடையே எப்படியோ வழி அமைத்துக் கொண்டு தவழும் வாகனங்கள், எங்கேயோ இந்த நிலத்தில் நுழைந்து மறைந்துகொண்டிருந்தன. பாதையின் தலை எழுத்து அது. மனிதனால் விரும்பும் இடத்தில் நின்றுவிட முடியும். ஆனால் பாதை?

இந்தப் பாதையின் ஓரத்தில் கையில் ஒரு பிளாஸ்டிக் தாள் சுற்றிய பெரிய ஆல்பத்தைப் பிடித்துக்கொண்டு இருபத்திரெண்டு வயது போபட் தவித்துக்கொண்டிருந்தான். ஏனென்றால், தெருவுக்கு அந்தப் பக்கத்து இண்டஸ்ட்ரியல் வளாகத்தில் பால்பாய்ண்ட் பேனா தயாரிக்கும் தொழிற்சாலையில் வேலை செய்யும் அசாவாரி லோகண்டே ஒரு மணி நேர அனுமதி பெற்று வந்துவிடுவாள். போபட்டின் கையில் இருக்கும் ஆல்பத்தில் திருமண அழைப்பிதழ்களின் வகைவகையான மாதிரிகள் இருக்கின்றன. அச்சகத்தில் வேலை செய்யும் நண்பனிடமிருந்து போபட் அதை ஒரு மணி நேரத்திற்கு வாங்கி வந்திருக்கிறான். அசாவரி லோகண்டேவும் போபட்டும் சேர்ந்து, அதில் ஒரு

ஜயந்த் காய்கிணி

மாதிரியைத் தேர்ந்தெடுத்து தங்கள் திருமண அழைப்பிதழை இன்றே அச்சிடக் கொடுக்கவேண்டும். அந்த வேலைக்காகவே போபட் நைட் ஷிப்ட்டுக்கு மாற்றிக்கொண்டான்.

சொன்ன நேரத்தை என்றும் அசாவாரி தவறியதில்லை. இரண்டு வாகனங்கள் எழுப்பிய சிமெண்ட் தூசியின் மேகம் கலைவதற்குள், ட்ரீம் சீக்வன்ஸ் போலவும், அதிலிருந்து வருவது போலவும், எதிர்ப்பக்கத்தில் நின்றுகொண்டு அவள் கைவீசினாள். எந்த ட்ரக்கின் வேகத்திற்கும் பறக்காமல் அவளுடைய கொண்டை இறுக்கமாக இருந்தது. தூசி கொஞ்சமும் படாமல் கண்கள் அப்போதும் பளபளவென்று மின்னிக்கொண்டிருந்தன. இந்தப் பக்கத்தில் இருந்தே ஆல்பத்தை தூக்கிக் காட்டி, இரு புறங்களையும் ஒரு முறை பார்த்து, அதை மார்போடு சேர்த்து அழுத்திக்கொண்டு, குனிந்து நீச்சலடிப்பவனைப் போல போபட் தெருவைக் கடந்தான். மதிய நேர வறட்டு வெயில் இதமாக மாறியதுபோல அவளை நெருங்கினான். ‘வாங்கியாந்தயா’ என்றாள் மகிழ்ச்சியுடன். அவள் குரலிலும் கழுத்தசைப்பிலும் இருக்கும் ‘அரிசிபருப்பு வாங்கி வந்தீங்களா ?’ என்பதைப் போன்ற குடும்பப்பாங்கான ஈர்ப்பு போபட்டிற்கு எப்போதுமே பிடிக்கும்.

‘அதிக நேரம் இல்லை. சீக்கிரமாக டிசைன் செய்யவேண்டும். இங்கேயே எங்கேயாவது உட்காருவோம்’ என்றான் போபட். எங்கே உட்காருவது என்று அக்கம் பக்கம் பார்த்து பெரியதாகவும் இன்னும் உடைக்காததுமான சைஸ் கற்களுக்கு நடுவே அவளை நடக்க வைத்தான். பாலத்தின் அரைகுறை நிழல் ஒருபக்கம் விழுந்து கிடந்தது. அங்கே வெப்பமான மௌனம் நிலவியது. பாயும் ட்ரக்களின் சத்தம், பக்கத்தில் எங்கேயோ சுழலும் சல்லிக் கற்கள், சிமெண்ட் மிக்சரின் சத்தம் மற்றும் சிறிது தொலைவில் காஞ்சூர்மார்க் ஸ்டேஷனில் நிமிடத்திற்கொன்றாக ஓடும் லோக்கல் ட்ரைன்களின் சத்தம் அனைத்தும் – அந்த மௌனத்தின் பகுதியாகவே இருந்தன.

உடலெங்கும் உளியால் கொத்திய சிறிய கல்லின் மீது உட்கார்ந்துகொண்டே அசாவாரி ‘கொடு’ என்று, தானாக வாங்கிக்கொண்டு ஆல்பத்தைத் புரட்டிப்பார்த்தாள். அசாவாரி யின் மென்மையான கழுத்தில் வியர்வைக் கோடுகளைப் பார்த்து போபட்டிற்கு ஆசை பொங்கியது. பக்கத்தைப் புரட்டப் புரட்ட, வண்ணவண்ண அதிசயமான திருமண அழைப்பிதழ்களின் பலவகை மாதிரிகள். எதிலும் எழுத்துகளே இல்லை. அதைப் பார்த்தே அசாவாரி அதிர்ந்து போனாள். எழுத்துக்களே இல்லாத இந்த வெற்றுத் திருமண அழைப்பிதழ்கள், யாரும் வசிக்கப் போகாத ஹௌசிங்போர்ட் வீடுகளைப்போல, கூட்டமே இல்லாத திருமண மண்டபத்தைப் போல வெறிச்சோடிக் கிடந்தன.

அப்படியே அதிர்ச்சியுற்று அவள் பார்த்துக்கொண்டிருந்தபோது, 'இங்க பாரு, இது எப்படி இருக்கு பாரு. பூ இதழ்களின் ஓவியம் இருக்கு. பார், நிஜமான குங்குமம் மஞ்சள். ஸ்க்ரீன் பிரிண்ட் செய்வாங்க' என்று தடித்த பக்கங்களை திருப்ப உதவிக்கொண்டே சொன்னான். 'இப்படிப்பட்ட ஆடம்பரமான கார்டுகள் நமக்கானவை அல்ல' என்ற உண்மையே அவன் சொன்ன வார்த்தைகளுக்கு நிம்மதி அளித்தது.

அசாவாரிக்கோ இந்த ஆல்பம், கணக்கிலடங்கா ஏடுகளைப் போல தோன்றியது. எல்லா வகையான திருமணங்களும், குடும்பங்களும் அங்கே இருந்தன. வகைவகையான பேண்டு வாத்தியங்களின் தொனிகள் அடங்கிக் கிடந்தன. இருப்பதிலேயே மிகவும் மலிவானதும் எளிமையானதுமான மாதிரியைத் தேடுவது அவ்வளவு சிரமமாக இருக்கவில்லை – ஏனென்றால் அப்படிப்பட்ட நான்கைந்து கார்டுகள் கடைசியில் இருந்தன. மெல்லிய ரோசா வண்ண கார்டு இருவருக்கும் பிடித்துவிட்டது. அதன் இடது பக்கத்தில் ஒரு சிறிய பூச்சட்டியின் மீது இரண்டு ஜோடிப் பறவைகளின் சின்னக் கோட்டோவியம் இருந்தது. 'இது பரவாயில்லை' என்று சொன்ன அசாவாரியை போபட் மிகவும் பெருமையாகப் பார்த்து கை குலுக்கினான்.

இப்போது அசாவாரி அந்த ஒரு கார்டை பிளாஸ்டிக் உறையிலிருந்து வெளியே எடுத்துக் கையில் பிடித்தாள். 'ஏ... ஏ... அழுக்காகும், உள்ளே வை. ப்ரெஸ்சில் வேலை செய்பவன் என் தோஸ்த் என்பதால் இந்த ஆல்பத்தை எடுத்து வந்திருக்கிறேன். வேறு யாருக்கும் அவர்கள் இப்படித் தரமாட்டார்கள். உள்ளே வை, உள்ளே வை' என்று அவசரப்படுத்திய போபட்டின் தலை மேல் பட் என்று தட்டி அசாவாரி 'சுப்' என்றாள்.

பாலத்தின் மேல், லாரி ஒன்று வந்து, தன் பின் பகுதியைத் தூக்கி மணல் மழையைப் பொழிந்தபோது, கீழே கற்களுக்கு அருகில் அமர்ந்து இருவரும் மெய்மறந்து அந்த மெல்லிய ரோசா வண்ண வெற்றுக் கார்டை பார்த்துக்கொண்டிருந்தார்கள். எதிர்கால திருமண வாழ்க்கையின் புரியாத இரகசியம் ஒன்றை ஒளித்துவைத்துக்கொண்டு சற்றே பயமுறுத்துவைதைப்போல அந்தக் குட்டிக் காகிதம் அவர்களைப் பார்த்தது. ஒன்றாகக் கரும்புச் சாறு குடித்தது, நேரம் கெட்ட சின்னப் பூங்காக்களில் வேடிக்கையாகப் பேசிக்கொண்டு நடந்தது, அவள் 'லேடீஸ் பெட்டியில்' போகிறேன் என்றாலும் 'வேண்டாம் இங்கேயே வா' என்று ஜெனரல் பெட்டிக்கு அழைத்தது, இருவரையும் நசுக்கிக் கூழாக்கிவிடுகிற மக்கள் கூட்டத்துக்கிடையில் அவளுடைய கதாநாயகனைப்போல அவளை வளைத்துப் பிடித்து நின்றது, 'நீ சூட்டு சஃபாரி போடறதா இருந்தா கல்யாணமே வேண்டாம்' –

என்று பஸ் நிறுத்தத்தில் அவள் சண்டை போட்டது, உலக மாவீரனைப்போல அவளுக்காக தோடு தேர்வு செய்யும்போது பட்ஜெட்டுக்கு மீறியதைக் காட்டி வெறுப்பேற்றிய சேல்ஸ்மேனின் கிண்டல் சிரிப்பில் துவண்டுவிட்ட அவனுடைய முக வாட்டத்தைப் புரிந்துகொண்டவள் போல 'ச்சே...நல்லா இல்லை, இவ்வளவு விலை உயர்ந்ததை வாங்க தலை கெட்டிருக்கா என்ன?' என்று நொடியில் சாப விமோசனம் அளித்து கடையில் இருந்து அவனை அவள் வெளியே இழுத்துவந்தது... இப்படியான தனித்தனி சித்திரங்களுக்கு அதிசயமான கனமான கயிறு கட்டத் தயாராக இருக்கும் இந்தத் திருமண அழைப்பிதழ் சமுதாயத்தின் கருணையற்ற நீதியைப் போலத் தோன்றியது. மூடிய கோட்டைக் கதவைப்போல அது இருவருக்கும் தனியாக 'பாருங்க', 'யோசிங்க' என்று கூறியது.

இருவருக்கும் நண்பர்கள் கூட்டம் அதிக பட்சமாக நூறு இருக்கலாம். ஆனால் நூறு அழைப்பிதழ்களை அச்சிட்டாலும் முந்நூறு அழைப்பிதழ்களுக்கான பணத்தையே தரவேண்டும். அதனால் முந்நூறே அடித்துவிடுங்கள் என்பது அச்சகத்தாரின் பரிந்துரை. இப்போது இந்த அதிகப்படியான இருநூறு கார்டுகளை என்ன செய்வது, யார் யாருக்குக் கொடுப்பது என்கிற சங்கடம் மிகுந்த பிரச்சினையும் வரும். இந்த அழைப்பிதழால் சொந்தபந்தங் களை அதிகமாக்கிக்கொள்ளவும் ஒரு வாய்ப்பு இருக்கிறது. பான்வாலா, இஸ்திரிக்காரன், பூங்காவின் காவலாளி, பெரிய ஹோட்டல்களின் மலர்க்குவளையில் நேற்றைய பழைய பூக்களை மலிவான விலைக்கு தெருவோரங்களில் விற்கும் பையன்கள்... இவர்கள் எல்லாம் எத்தனையோ ஆண்டுகளாத் தெரிந்தும் தெரியாமலே இருப்பவர்கள்... இவர்கள் எல்லோரும் ஒரு இலட்சுமணக்கோட்டுக்கு மறுபுறத்தில் நின்று பல்லிளிப்பவர்கள். இந்த ஒரு கார்டைக் கொடுத்ததும் அவர்கள் இஸ்திரிச் சட்டையை அணிந்துகொண்டு கோட்டுக்கு இந்தப் பக்கமாக வந்து கைகுலுக்கி சொந்தம் கொண்டாடிவிட்டுப் பிறகு சென்றுவிடலாம். வேலைக்குப் போகும் பெண்கள் தங்கள் குழந்தைகளை எங்கள் வீட்டில் விட்டுச் செல்லலாம். அல்லது எங்களுக்கும் மற்ற திருமணங்களுக்கு அழைப்பு வரலாம். புதுத் துணி அணிந்துகொண்டு இரண்டு ரயில், இரண்டு பஸ் மாறி, ஏதோ பந்தலுக்குக் கீழ் இரும்பு நாற்காலியில் அறிமுகமில்லாதவர்களின் முன் கொட்டாவி விட்டு, அறிமுகமில்லாதவர்களிடமிருந்து பரிமாறச் செய்து, அறிமுகமில் லாதவர்களிடமிருந்து கை கழுவ சொம்பை வாங்கி, வெற்றிலை பாக்கை மென்று யாருக்கும் டாட்டா சொல்லாமல் வீட்டுக்குத் திரும்புவது. எது சொந்தபந்தம்? எது அல்ல?

பாழடைந்த பாலத்தின் நிழல் இப்போது கிழக்கே ஓசையில்லாமல் நகர்ந்தது. இருவரும் மெல்ல எழுந்து சல்லிக் கலவையைத் தாண்டி இருந்த காலாகட்டா விற்கும் வண்டியின் பக்கம் நடந்தார்கள். பை டூ சொல்லி காலாகட்டா குடித்தார்கள். பை டூ வாங்கினால் மொத்தமாகக் கிடைக்கும் அளவு அதிகம் என்பது போபட்டின் நம்பிக்கை. “ஐஸ் வேண்டாம்” என்று அசாவாரி கத்தினாள். ஐஸ் சேரும்போது சர்பத்தின் சுவை குறையும் என்பது அவள் எண்ணம். இருவரும் ஒவ்வொரு மிடறாகப் பொறுமையாக காலாகட்டா பருகும்போது, திருட்டுக் காதலுக்கு இரகசிய இடத்தைத் தேடிக்கொண்டு வரும் காதலர்களைப் பார்ப்பதுபோல சர்பத் விற்பவன் இவர்களைக் கிண்டல் கண்களால் பார்த்து ‘தேவையானால் அந்த மூலைக்குப் போங்க, நான் இங்கே இருக்கிறேன், யாராவது வந்தால் குரல் கொடுக்கிறேன் ...’ என்று தூசி படிந்த பழைய பொருட்கள் குவிந்திருக்கும் ஜங்க் யார்டைக் காட்டினான். அசாவாரிக்கு உடம்பு எரிந்தது. கையில் இருக்கும் வெற்று திருமண அழைப்பிதழுக்கு அவமானம் நேர்வதைப்போல ஏதோ இந்த சூழ்நிலையில் நேர்கிறது என்று தோன்றி, கடகடவென்று குடித்து, கிளாசை பட் என்று வைத்து ‘வா பிளாட்பார்முக்குப் போகலாம்’ என்று காஞ்சூர்மார்க் இரயில் நிலையத்து வழியில் நடக்கத் தொடங்கினாள். ஏதோ ஒரு குப்பையிலிருந்து இருவரையும் தூக்கிவிடும் வலிமை இந்தத் திருமண அழைப்பிதழுக்கு இருக்கிறது என்று தோன்றி, சரசரவென்று மூன்றாவது பிளாட்பாரத்தின் மூலையில் இருந்த கல் பெஞ்சுக்குக்கு வேகமாக வந்து உட்கார்ந்தவள் தன் தோள்பையிலிருந்து காகிதம் ஒன்றை எடுத்து திருமண அழைப்பிதழின் வாசகத்தை எழுதத் தொடங்கினாள்.

ஆல்பத்தை மார்போடு அணைத்துக்கொண்டு பின்னாலேயே ஓடி வந்த போபட் அவள் எழுதுவதைப் பார்த்தபடியே பெருமூச்சுடன் பக்கத்தில் உட்கார்ந்தான். அவள் பேனா தயங்கி நின்ற இடத்திலேயே நின்று காற்றுக்கு அசைந்துகொண்டிருந்தது. பொதுவாக திருமண அழைப்பிதழில் பெரியவர்கள், அம்மா, அப்பா அழைப்பு என இருப்பதுதான் வாடிக்கை. அல்லது அப்படி இதுவரை அவர்கள் இருவரும் பார்த்திருந்த அழைப்பிதழ்கள் அமைந்திருந்தன. ஆனால் முன்பின் யாரும் இல்லாமல் இந்த நகரத்து தொப்புளில் சுயம்பு மூர்த்திகளாகப் பிறந்து வளர்ந்த இருவருக்கும் அந்த நொடியில் திக்குத் தெரியாமல் போனது. அப்பா அம்மா யாரென்று தெரியாததை விடுங்கள், இவ்வளவு உயரமாக வளர்ந்த இருவருக்கும் குறைந்தது தங்களுக்குப் பெரியவர்கள், நலம் விரும்பிகள், காப்பாளர்கள் என்று கூட யாருமே தோன்றவில்லையே. அசாவாரிக்கு செம்பூரின் ரிமாண்ட்

ஹோமின் காக்கிப் பெண்கள் நினைவுக்கு வந்தால், போபட்டிற்கு சர்ச் கேட் எதிரில் பூட் பாலிஷ் செய்துகொண்டிருந்தபோது நான்கணா அதிகமாகக் கொடுக்கும் பார்சிக் கிழவர்கள் நினைவிற்கு வந்தார்கள். ஒருவகையான வெறுமை சூழ்ந்ததைப்போல அசாவாரி இடிந்து போனாள். போபட் எங்கோ பார்த்துக் கொண்டிருந்தான்.

ஆறு மாத காலம் தற்காலிக வேலையாக அவள் வேலை செய்யும் பால்பாய்ண்ட்பேனா தொழிற்சாலையில் முதன்முதலாக போபட் அவளைப் பார்த்தான். நல்ல பால்பாய்ண்ட்பேனாக்களிலிருந்து ரிஜக்ஷன் எனப்படும் தகுதியற்ற பால்பாய்ண்ட்பேனாக்களைப் பிரிக்கும் பகுதியில் அவள் திறமையுடன் வேலை செய்துகொண்டிருந்தாள். ஆனாலும் ஏதாவது தாறுமாறாக நடந்தால் சூபர்வைசர் வந்து எல்லோர் முன்னிலையிலும் அசிங்கமாக அவளைத் திட்டும்போது, அதுவரை அவளுடன் கலகலவென்று சிரித்துக்கொண்டிருந்த, சாப்பாட்டு டப்பாவைப் பகிர்ந்துகொண்ட மற்றவர்கள் அவளுக்கு நேர்ந்த அவமானத்திற்கும் தங்களுக்கும் எந்தச் சம்பந்தமும் கிடையாது என்று இருக்கும் இடத்திலேயே தங்கள் வேலையை அதிக அக்கறையுடன் பார்ப்பதைப்போல இருப்பதைக் காணும்போது போபட்டிற்கு வேதனையாக இருந்தது. அது அவனுடைய துயரக் கண்களிலிருந்து அவளுக்கு மட்டுமே தெரிந்த நொடியிலிருந்தே அவர்கள் உலகம் ஒன்றானது.

எதிரே தன்போக்கிற்கு தானாக ஓடிக்கொண்டிருந்த லோக்கல் ட்ரைனைப் பார்த்து போபட் ‘நம் பெயரே போதும். சீக்கிரமாக எழுது. மராட்டி, இந்தி எதுவும் வேண்டாம். என் நண்பர்களுக்கு மராட்டி தெரியாது. இங்க்லீஷில் எழுதிவிடு. உனக்கும் தெரியும் தானே நீயே எழுது’ – என்றான். ‘வேண்டாம், எங்கள் வர்ஷா மேடம்கிட்ட எழுதி வாங்கிவருகிறேன்’ என்று அவள் சொன்னதும் ‘வேண்டாம், வேண்டாம். இப்பவே இன்னும் அரை மணி நேரத்தில் ரெடியாக வேண்டும். நீயே எழுதிவிடு. பிறகு பிளாட்ப்பாரம் புத்தகக் கடை திருபாட்டியிடம் கொடுத்து திருத்திக்கொள்ளலாம்’ என்று அவசரப்படுத்தினான்.

ஒரு துண்டு வெள்ளைக் காகிதத்தை ஆல்பம் மீது வைத்து எழுதத் தொடங்கி ‘ம்ஹூம்’ என்றபடி அடித்துவிட்டாள். அப்புறம் அசாவாரி *We invite you to our wedding reception at Panaswadi chawl on…* என்று எழுதினாள். உடனே தலையை அசைத்தபடி அவ்வரிகள்மீது கோடுபோட்டு அழித்தாள். பிறகு தெளிவாக *Asavari Lokhande marries Popat* என்று எழுதி ஊஹூம்… என்றபடி மீண்டும் அவ்வரியை அழித்தாள். தொடர்ந்து *Popat marries Asavari Lokhande* என்று எழுதினாள். இந்த இரண்டு சொல்முறைகளும் ஒருவர் மற்றவருக்கு உதவி செய்வதைப்போன்ற

தொனி இருப்பதாக எண்ணி அதையும் அழித்துவிட்டாள். பிறகு மீண்டும் தொடக்கத்திலிருந்து *We are getting married*... என்று எழுதி கீழே இடது பக்கம் போபட் மற்றும் வலது பக்கம் அசாவாரி லோகண்டே என்று எழுதினாள். அடித்துத் திருத்தி காகிதத்தில் எழுதிய அந்த ஒரு ஆங்கில வாசகத்தில் தங்கள் இருவரின் பெயர்களையும் ஒன்றாகப் படிக்கும் போது – இருவரும் சட்டபூர்வ மான ஒரு அமைப்புக்குள் இணைவதைப்போல முதல்முறையாகத் தோன்றி அசாவாரிக்கு உடம்பு சிலிர்த்தது. ஒருகணம் தன் இரண்டு கைகளையும் காதுகள் மேல் வைத்து, கண்ணை மூடிக்கொண்டு, தன் அதிர்ஷ்டத்தை தனக்குள் செரித்துக்கொள்வதைப்போல தனியாகத் தேம்பினாள். பெஞ்சில் அவளை நோக்கி மேலும் நகர்ந்த போபட் அவளைப் பார்த்தான். வீடு, பாத்திரங்கள், பகடி, தோரணம், பண்டிகை, விழா டூத் பிரஷ், சோப்பு, சன்னல் திரைகளின் உலகைப் பெற்றிருக்கும் அதிர்ஷ்டசாலி மனிதர்களோடு சேர்ந்து இந்தத் தெருக்களில் நடந்திருந்தாலும் – இப்படி ஒரு இயல்பான குடும்ப வாழ்க்கைக்கான வாய்ப்பு நமக்கு கிட்டுவதற்கு வழியே இல்லை என்று நினைத்துக் கொண்டிருந்தபோது இந்த ஜோடியை – இந்த திருமண அழைப்பிதழின் கிறுக்கல் எழுத்து வாசகம் சட்டென இயல்பான உலகத்திற்கு மிக நெருக்கமாகக் கொண்டுவந்து நிறுத்தியது.

கண்களை மூடிக்கொண்டு உட்கார்ந்திருந்த அசாவாரி கையில் இருந்த காகிதத்தை உற்றுப் பார்த்து போபட் என்னும் பெயரை முதல் தடவையாக உரக்கப் படித்தான். 'அசாவாரி லோகண்டே' என்னும் பெயருக்கு முன்னால் தன்னுடைய 'போபட்' என்ற பெயர் மிகவும் அற்பமாக அவனுக்குத் தோன்றியது. என்னமோ இது சரியில்லை, இதில் ஏதோ ஏமாற்று வேலை இருக்கிறது என்பதைப்போன்ற கலவரம் ஏற்பட்டது. எதிரே பார்த்தான். இரண்டு பையன்கள் ஏணி ஒன்றை எச்சரிக்கையுடன் வைத்துக்கொண்டு பிளாட்பாரம் சுவரில் வரிசையாக சினிமா போஸ்டர்களை துண்டு துண்டாக ஒட்டிக்கொண்டிருந்தார்கள். ஏமாற்றமடைந்த குரலுடன் 'பார், உன் பெயர் எப்படி கவர்ச்சி யாக இருக்கிறது. குடும்பப் பெயரும் இருக்கிறது. ஒரு நல்ல குடும்பத்திற்கு சம்பந்தப்பட்ட பெயர் போலத் தெரிகிறது. அதன் முன்னால் என் பெயர் புஸ். மனிதன் பெயர் அல்ல அது. உங்கள் மராட்டியில் போபட் என்றால் கிளி தானே ? ஒரு எதார்த்தமான கிளி நான். ச்சே' என்றான். 'ச்சீ... மடையனைப்போல பேசாதே. சனங்க உன்னை அன்பா கூப்பிடற பெயர் அது' என்று வாய் திறந்த அசாவாரியின் கையைப் பிடித்துக்கொண்டு 'அன்பும் இல்லை அழகும் இல்லை. மொக்கையான பேரு அது. அதிருக்கட்டும் அசாவாரி, லோகண்டே என்றால் என்ன சாதி?' என்றான். அசாவாரி அதிர்ச்சி அடைந்தாள். அவன் என்றும் பேசாத

பேச்சு அது. அவர்களுக்கு தொடர்பே இல்லாத பேச்சு. தெருவில் திரியும் பிள்ளைகளை வேனில் ஏற்றிச் சென்று காக்கும் செம்பூரின் ரிமாண்ட் ஹோமில் வளர்ந்த தெருப்பிள்ளை அவள். ரிமாண்ட் ஹோமிற்கு பாட்டும், பிரார்த்தனையும் கற்றுத்தர லோகண்டே பாயி என்ற பெண்மணி வருவாராம். அவர் ஆர்மோனியம் வாசிக்கும்போது மிக அருகில் அமர்ந்து தொண்டை நரம்புகள் தடிக்க மெய்மறந்து பாடும் இந்தக் குழந்தையின் மீது மோகமுற்று 'ஆசாவாரி; என்று பெயர் சூட்டி அழைத்தாராம். அது ஒரு ராகத்தின் பெயராம். அந்த மேடம் போன பிறகும் ஹோமில் எல்லோரும் 'லோகண்டே பாயியின் அசாவாரி' என்று அழைத்து அழைத்து - அசாவாரி லோகண்டே என்றே அவள் பெயர் நிலைத்துவிட்டது. பார்த்தே இராத அம்மாவைப்போல காட்சியளித்த, வெளிர் மஞ்சள் சேலையணிந்து, மென்மையான ஸ்பரிசமுடைய அந்த மேடத்தினுடைய மங்கலான நினைவு இந்தப் பெயருடன் சேர்ந்து வந்ததால், அதை உதறுவதற்கு பொருத்தமான எந்தக் காரணமும் இதுவரை அவளுக்குத் தோன்றியதில்லை. இதை அவள் நூறு முறையாவது போபட்டிற்கும் சொல்லியிருந்தாள். ஆனால் இப்போது பொதுவான இந்த நேரத்தில் இந்த குடும்பப் பெயரால் போபட்டிற்கு உண்டாகும் சங்கடத்திற்கு எப்படி பதில் சொல்வது என்றே அவளுக்குத் தெரியவில்லை. இந்த ஒரு திருமண அழைப்பிதழின் பிரதி, அவன் மொழியையே மாற்றிய விதத்திற்கு பயந்து, சட்டென்று பேனாவால் தன் பெயரோடு இருந்த 'லோகண்டே' என்பதை அடித்துவிட்டாள். பாரம் சர்ரென்று குறைந்ததைப்போல இருந்தது. 'மகிழ்ச்சியா ?' என்பதைப்போல அவன் பக்கம் பார்த்தாள். 'ஆம், நம்மை வளர்த்து ஆளாக்கியது மும்பை. யார் யார் பெயரையோ வைத்துக்கொண்டு, அப்படி மும்பையை நாம் அவமானப்படுத்தக் கூடாது' என்றான் தோல்வியுற்ற குரலில்.

எதிரில் ஆயிரமாயிரம் பெயர்கள் இரயிலில் முன்னும் பின்னும் ஓடிக்கொண்டிருந்தன. நின்ற இரயிலில் இருந்து ஆரவாரத்துடன் எழுந்துவரும் மக்கள் கூட்டத்தைப் பார்த்து போபட் "பார்... பார்... அசாவாரி, இந்தத் தாயோளிகளின் பொய்யான தலை எழுத்தை. எல்லோருக்கும் அவர்கள் சாதி தெரியும். ஏன் என்றால் அம்மா அப்பா யார் என்று தெரியும். அதனால் சாதி தெரியும். அந்த சாதியைக் கையில் பிடித்துக் கொண்டு எப்படி ஓடுகிறார்கள் பார், திருடியவர்களைப் போல... நமக்கு அந்த குழப்பமே இல்லை, இல்லையா ?" என்று சிரித்தான். அசாவாரி 'நேரமாகிறது' என்று எழுந்து நின்றாள்.

பிளாட்பாரத்து புத்தகக் கடையில் இருந்த சுருள் சுருளான நரைத்துப்போன முடியுடைய திரிபாட்டி மிகவும் பொறுமை

யுடன் புதிய காகிதத்தில் தெளிவாக, திருமண வாசகத்தை மறுபடியும் எழுதிக் கொடுத்தார். இருவரையும் மகிழ்ச்சியுடன் பார்த்த திரிபாட்டி 'வீடு ஏதாவது பார்த்திருக்கீங்களா... இல்லை மூன்றாவது பிளாட்பாரத்திலேயே குடும்பம் நடத்தப்போறீங்களா?' என்று கேலி செய்தார். அவர் உதட்டைக் கோணிக்கொண்டு எழுதும்போது அசாவாரி 'மக்களின் வாழ்த்துக்களே பரிசு, *no presents please* என்றெல்லாம் இப்போது போடுகிறார்களே, நாமும் அப்படி போடலாமா?' என்றாள். திரிபாட்டி 'அது எல்லாம் பணக்காரர்களின் ஸ்டைல் மகளே, நமக்கல்ல அது. யாராவது அன்புடன் எதையாவது கொடுத்தால் பெற்றுக்கொள்ளுங்கள். புதிய குடும்பம் தொடங்குகிறீர்கள் உங்களுக்குத் தேவைப்படும்' என்று காகிதத்தைக் கொடுத்து 'நல்லதே நடக்கட்டும்' என்றார். உலகத்தின் சார்பில் அவர் வாழ்த்துவதைப்போல இருவரும் நினைத்துக்கொண்டார்கள். இருவருக்கும் அவர் காலில் விழவேண்டும் என்று தோன்றியது. ஆனால் வரிசையாக நீளமாக அடுக்கி இருந்த பத்திரிகைகளின் பின்னால் தன் கூண்டுக்குள் எங்கேயோ இருக்கும் அவர் கால்கள் வெகு தூரம் கண்ணுக்கு எட்டாமல் இருந்தது. எதுவும் தோன்றாமல் இருந்த இடத்திலேயே பாதி குனிந்தார்கள். புரிந்துகொண்டவர் போல திரிபாட்டி இருந்த இடத்திலிருந்தே 'நீடூழி வாழ்க' என்றார். அவர்கள் திரும்பியபோது பின்னால் இருந்து 'டேய் போபட், நீ போபட்டாகவே இருப்பியாடா... உன் பெயர் கார்டில் எடுப்பாக இல்லை... ஒரு புதிய பெயரை சூட்டிக்கொள் 'புதிய பெயர்... புதிய வாழ்க்கை' என்று கை அசைத்தார்.

படி ஏறி இரயில் நிலையத்தின் இரும்புப் பாலத்தின் கம்பி மீது இருவரும் சாய்ந்து நின்றார்கள். அங்கிருந்து நான்கு பிளாட்பாரம்களும் மொத்தமாகத் தெரிந்தன. தண்டவாளத்தில் மதியச் சூரியன் தற்கொலை செய்துகொள்வதைப்போல நீளமாகப் படுத்திருந்தான். சட் என்று போபட் கயிற்றிலிருந்து விடுபட்ட பம்பரம் போலானான். அவன் முழு உலகமும் நுனிக் காலில் நின்றுகொண்டு புதிய பெயரை வேண்டியது. 'ஆம் அசாவாரி... திரிபாட்டி சொன்னது உண்மை. இப்போது ஒரு சான்ஸ் இருக்கிறது எனக்கு. சீக்கிரம்... சீக்கிரம் எனக்கு ஒரு பெயர் சூட்டு' என்று உத்வேகம் கொண்டான். அவன் முதுகைத் தடவிக்கொண்டே அசாவாரி 'ச்சே ...' என்று எதையோ சொல்வதற்குள் போபட் "ச்சே யும் இல்லை ச்சீ யும் இல்லை, வேகமாக ஒரு பெயரை யோசி. அதனால் எல்லாம் புதிதாகும். எல்லாம் மாறும். ஸ்டைலாகவும் தேவை இல்லை, அழகானதும் தேவை இல்லை... ஒரு புதுப் பெயரை சூட்டு போதும். சீக்கிரம், அச்சகத்திற்கு மூன்று மணிக்குள் கார்டுகளைத் திருப்பிக் கொடுக்கவேண்டும் சீக்கிரம்" என்று அவள் தோளைப்

பற்றிக்கொண்டான். அசாவாரிக்கு எதுவும் தோன்றவில்லை. இரயில் ஒன்று வந்து பாலத்திற்குக் கீழே நின்று அவர்கள் பாதங்களில் ஆயிரம் பெயர்களை இறக்கி விட்டுச் சென்றது. அப்பப்பா எத்தனை வகையான பெயர்கள். ஒவ்வொன்றுக்கும் ஒரு உறுதியான முக அச்சு, ஆடை, நினைவு, மணம், அதற்கான சுவர்க்கம், நரகம், அவளைத் தொட்டு அசைத்து. போபட் – “ஸ்வப்னில்... ஆம் ஸ்வப்னில் எப்படி இருக்கு? ஒரு தடவை டீவியில் கேட்டிருந்தேன்” என்றான். ‘எழுது … எழுது … வேகமாக எழுது. ஸ்வப்னில், ஸ்பெல்லிங்கை வேண்டுமானால் திரிபாட்டியிடம் கேட்டுக்கொண்டு வா’ என்று ஆவேசத்துடன் படபடத்தான். வேறு உலகுக்குப் புறப்படும் விமான இறக்கையை கடைசி விநாடியில் பிடித்துத் தொங்குபவனைப்போல அவன் காணப்பட்டான்…

இந்த மிகச்சிறிய திருமண அழைப்பிதழின் வாசகத்திற்காக தன் பாராட்டுக்குரிய சாம்ராஜ்ஜியமே சரிந்து விடுவதைப்போல பயந்த அசாவாரி அவன் தோள்களை இரண்டு கைகளாலும் பற்றிக்கொண்டு ‘என்ன ஆகி விட்டது போபட் உனக்கு... எல்லாம் சரியாகத்தான் இருக்கிறது போபட்… என் போபட் தானே நீ?’ என்று மென்மையான குரலில் சொல்ல சொன்னாள். புதிய பெயரின் தவிப்பில் இருக்கும் அவன் கண்கள் வேறு விதமாகக் காட்சியளித்தன. இப்போதாவது காப்பாற்ற முடியாவிட்டால் எல்லாம் முழுமையாக நாசமடைந்துவிடும் என்பதுபோல தோன்றியது. திருமணத்தையே நிலைகுலைய வைத்துவிடுவதைப் போலத் தோன்றிய திருமண அழைப்பிதழ் காகிதத்தைப் பரபரவென்று கிழித்துச் சுருட்டி வேகமாகத் தூக்கி எறிய கையை வீசியவள், யாரோ கொடுத்த பூப் பிரசாதத்தை வீசி எறியத் தயங்கிவளைப்போல உடனே நிறுத்தி, காகிதத்தின் அந்த சிறிய துண்டுகளை உருண்டையாக்கி தன் தோள்பைக்குள் வைத்துக்கொண்டாள். அவள் எங்கே அதைத் தூக்கி எறிந்து விட்டாளோ என்று அதிர்ந்து பயந்து, அது எங்கே போய் விழுமோ என்று கண்களைச் சுருக்கி எதிரே வானத்தையே பார்த்துக்கொண்டிருந்த போபட்டிற்கு அந்த நொடியில், தொலைவில் இருந்த பாழடைந்த ஃப்ளை ஓவர், தூண், நடமாடும் ட்ரக், சல்லிக் கல், நெருங்கிக்கொண்டிருக்கும் இரயில் எல்லாம் குழந்தைகளின் விளையாட்டுப் பொருட்களைப்போலத் தெரிந்தன.

○○○

கண்ணுக்குத் தெரியாத காடு

சிக்னல் அருகில் பேருந்து நின்றபோது, ஓட்டுனரிடமிருந்துவசை வாங்கியபடியே அவசரமாக இறங்கி, பக்கத்தில் இருந்த பெட்டிக்கடையில் பிஸ்கட் பொட்டலத்தை வாங்கிக்கொண்டு, கியாரேஜ் அருகில் குறுக்கு வழியாக அம்மா வீட்டுப் பக்கம் நடக்கத் தொடங்கிய குசுமாவின் மனது தற்போது புதிதாக எதையும் கிரகித்துக்கொள்ளும் நிலையில் இருக்கவில்லை. இல்லாவிட்டாலும் ஒவ்வொரு முறையும் இதுபோல அம்மா வீட்டிற்கு வரும்பொழுது தான் பிறந்து வளர்ந்த இந்த தொழிற்சாலையையும் தொழிலாளர்களின் குடியிருப்புப் பகுதியில் ஏற்பட்டிருக்கும் புதிய மாற்றங்களையும் கவனித்துக்கொண்டு-பிறகு அம்மா யமுனா மற்றும் தங்கை பூர்வீயுடன் “அட, அந்த ஜெராக்ஸ் கடை இருந்த இடத்தில் ஹோட்டல் எப்படி வந்தது? மாவரைக்கும் கடைக்குப் பக்கத்தில் கரும்புச்சாறு கடை வைத்திருந்த சொல்லாபுரி பெண் எங்கே போனாள்? திலாவர்பாய் வீடு இன்னும் பூட்டியே இருக்கிறதே!” என்று நாடகத்தனமான உண்மைகளுடன் உறவை பசுமையாக்கிக் கொள்வாள். ஆனால் இன்று எப்போதும்போல இருக்கவில்லை. பனிரெண்டு ஆண்டுகளுக்கு முன்பு வீட்டைவிட்டுப் போன தங்கள் சோட்டூ – அவன் பெயர் மகரந்தன், ஆனால் குசுமா, பூர்விக்குப் பிறகு பிறந்தவன் என்பதால் எல்லோரும் சோட்டூ என்றே அழைத்தார்கள் – இங்கேயே அருகில், மிக

அருகிலேயே இருக்கிறான் என்ற செய்தி இன்று குசுமாவுக்குக் கிடைத்தது. உடனே அரைநாள் விடுமுறை சொல்லிவிட்டு தன் அம்மா வீடான பருளேகர் குடும்பத்தின் தினசரி வாழ்க்கையை தோசை திருப்பிப்போடுவதுபோல மறுபடி திருப்பிப் போட வந்த இந்தச் செய்தியை எப்படி ஏற்றுக்கொள்வது என்று தெரியாமல் வெறுமையான மனதுடன் வீட்டை நெருங்கினாள்.

அப்பா பருளேகர் தொழிற்சாலையில் மூத்த தொழிலாளியாக இருந்தார். அதனால் ஓர் அறை கொண்ட க்வாடர்ஸ் அவருக்கு எப்போதோ கிடைத்திருந்தது. பூர்வியும் சோட்டூவும் பிறந்தது இங்குதான். சிறியவளாக இருந்தபோது சட்டி சாமான்களுடன் டெம்போவில் டொம்பிவிலியிலிருந்து இங்கே வசிக்க வந்த நினைவு குசுமாவுக்கு இன்னும் பசுமையாக உள்ளது. டெம்போ ஓட்டுனர் ஐந்து ரூபாய் டிப்ஸ் அதிகம் வேண்டும் என்று உரத்த குரலில் அப்பாவை ஒருமையில் திட்டி சண்டை போட்டது நினைவிருக்கிறது. மூன்று குழந்தைகள் இந்த சின்னஞ்சிறிய வீட்டில் எப்படி வளர்ந்தோமோ எப்போது வளர்ந்தோமோ என்பது தெரியும் முன்பே குசுமாவுக்குத் திருமணம் நடந்து விட்டது. பூர்வியின் காதல் திருமணமும், இதே தொழிற்சாலையின் தொழிலாளி சுஹாஸ் பாலேகருடன் நடந்து, அவனும் இங்கேயே தங்கி, இந்தக் காதல் திருமணத்திற்கு சில நாட்கள் இருக்கும்போதே சோட்டூவும் காணாமல் போய், பிறகு பருளேகரும் இறந்து, க்வாடர்ஸில் வசிப்பது மட்டும் தொடர்ந்தது.

பனிரெண்டு ஆண்டுகளுக்கு முன்பு நடந்த நிகழ்ச்சி அது. சோட்டூ அப்போதுதான் பியூஸி தேர்வில் தோற்றிருந்தான். திருடனைப்போல வீட்டிலேயே இருப்பான். “எதுக்குடா சோட்டூ. . . வெளியே போயிட்டு வாடா” என்று சொன்னால் “என்னை மகரந்தா என்று கூப்பிடுங்க. சோட்டூன்னு சொல்லவேண்டாம். பெயில் ஆகிவிட்டேன் என்று எல்லாம் மிரட்டவேண்டாம்” என்று கோபித்துக்கொள்வான். பூர்விக்கு அப்போதுதான் திருமணம் நிச்சயமாகி இருந்தது. உதவிக்கென்று வந்திருந்த குசுமாவும் சோட்டூவிடம் “எங்கேயாவது தற்காலிக வேலையைத் தேடிக்கொள். இப்படி வீட்டில் அடைபட்டுக் கிடந்தால், பின் தங்கிவிடுவாய்” என்றபோது அம்மா சோட்டுவுக்கு சாதகமாக “நீங்களெல்லாம் புத்திசாலிங்கற திமிரு உங்களுக்கு. அவன் துயரத்தைப் பற்றிக் கவலையே இல்லை. அவன் தன் வீட்டில் இருக்கிறான், அதில் உங்களுக்கென்ன சிரமம்?” என்று விசித்திரமாக விவாதம் செய்து அக்கா தங்கையின் வாயை அடைத்தாள். அப்படியான ஒரு மதிய நேரத்தில் ஐந்தாறு இளைஞர்கள் வந்து, மகரந்தனை தர தரவென்று வெளியே இழுத்துச்சென்று ஹாக்கி மட்டையால் அடித்து, வரிசையாக

அமைந்திருந்த வீடுகளுக்கு நடுவே எல்லோர் முன்னாலும் முகவாயில் இரத்தம் சொட்டக் குத்தி – "ஏமாத்தறயாடா? நீ பணத்தைத் திருப்பிக் கொடுக்கற வரைக்கும், ஒவ்வொரு வாரமும் வந்து இப்படி எல்லார் முன்னாலும் அடித்துவிட்டுப் போவோம், எச்சரிக்கை" என்று சொல்லிக்கொண்டே பூர்வி, குசுமா, அம்மா அனைவரையும் விசித்திரமாகப் பார்த்துவிட்டுப் போனார்கள்.

மகரந்தன் யாருடைய பேச்சையோ கேட்டு, பைனான்ஸ் பிசினஸ் செய்கிறேன் என்று யாரிடமோ இருபதாயிரம் வாங்கி அதை எங்கேயோ போட்டு மூழ்கடித்துவிட்டான். இந்த அடிதடி நடந்து கொண்டிருந்தபோது இரண்டாம் ஷிப்டில் இருந்த அப்பா செய்தி கேட்டு வந்தார். விவரங்களை அறிந்ததும் அவமானத்தால் தலைமுதல் கால்வரை நடுங்கி பேச்சுவராமல் துடித்தார். கோவா எல்லையில் இருந்து வெறும் கையோடு மும்பைக்கு வந்த தான், லோக்கல் இரயிலில் சீப்பு விற்று, ரேடியோ ரிப்பேர் கடையில் உதவியாளனாகச் சேர்ந்து எப்படி வாழ்க்கையை அமைத்துக்கொண்டேன், எத்தனை சிரமங்களோடும் நேர்மையோடும் அதை உருவாக்கினேன். மூன்று குழந்தைகள் கொண்ட குடும்பத்தை தொழிற்சாலையில் டபுல் டியூட்டி செய்து எப்படி காப்பாற்றினேன் – என்பதை பிள்ளைகள் முன் முதல் முறையாக, யாரோ அறிமுகமில்லாதவர்கள் முன் சொல்வதைப்போல பயம் கலந்த ஆவேசத்தில் சொல்லிச் சொல்லி பெருமூச்சுவிட்டார். சோட்டூவின் இரத்தம் கசியும் முகவாய்க்கு ஒத்தடம் கொடுக்க பக்கத்துவீட்டு பிரிஜ்ஜிலிருந்து ஐஸ் கட்டியை எடுத்துவந்த பூர்வியை 'யாரைக் கேட்டுப் போனே? வெக்கமா இல்லை, சனங்க பணத்தை ஏமாத்தி, குடும்ப மரியாதையை மூணு காசுக்கு இல்லாம செஞ்ச தம்பியின் காயத்துக்குத் தடவ ஐஸ் கேட்டு ஊரெல்லாம் அலையற" என்று உரத்த குரலில் கத்திய பருளேகர், சோட்டூவை தொழிற்சாலையின் ஹெல்த் சென்டருக்கு அழைத்துப்போக மறுத்துவிட்டார். பிறகு இருட்டிய பின் குசுமாவும், அம்மாவும் சேர்ந்து சோட்டூவை ரிக்ஷாவில் ஏற்றி பாண்டூப் புறநகரத்துக்குப் போய் டாக்டரிடம் காட்டி வந்தார்கள். வீடு, மரியாதை, நேர்மை, பணம் என்று திட்டும்போது பருளேகர் முழு குடியிருப்பின் வரிசை வீடுகளுக்கு கேட்பது போல வாசல் பக்கம் முகத்தை திருப்பிக்கொண்டு பேசினார். அக்கம் பக்கத்து வீட்டார்கள் எல்லாம் ஒரு குளிர்ந்த இலட்சுமண கோட்டுக்கு வெளியே இருந்தபடி அதைக் கேட்டுக்கொண்டிருந்தார்கள். இது ஒன்றைத் தவிர மற்றவை எல்லாம் சரியாகவே இருக்கிறது என்பதைப்போல "பாபி, 'சாயாகீத் பார்க்க வரலையா?" என்றெல்லாம் பேசிக் கொண்டிருந்தார்கள். இருக்கும் பத்து சதுர அடி வீட்டில் வலிக்கும் கால்களை நீட்டி குறுகிக்கொண்டு உட்கார்ந்திருந்த சோட்டூவை

மெதுவாக எட்டிப் பார்க்க வீட்டின் முன்னால் நடந்தார்கள். வெகு அருகில் இருக்கும் பூர்வியின் திருமண நாள் இப்போது பருளேகரின் மனதில் வந்து தட தடவென்று அதிர்ந்தது. "பூர்வியின் திருமணம் உன் தகறாரால் நின்றுவிடக்கூடாது. என் சர்வீசில் சேர்த்துவைத்த பணத்தை எல்லாம் இந்தத் திருமணத்திற்காக வைத்திருக்கிறேன். இது நடக்காவிட்டால் எல்லாம் நாசமாகி விடும். உன்னால் வீடு முன்னேறுவது அவ்வளவுதான். எங்கே யாவது பாழாப்போ" என்று சோட்டூவை நடு இரவில் துரத்தி விட்டார். அதிர்ந்துபோன சோட்டூ காயப்பட்ட விலங்கைப்போல உதவிக்காக அக்காக்களின் முகத்தையே பார்த்தபடி மெல்ல எழுந்து நின்று கதவுக் கொக்கியில் காய்ந்துகொண்டிருந்த டீ ஷர்ட்டை, அணிந்துகொண்டிருந்த மங்கிய பழைய ஜீன்ஸ் பேண்ட் மீது போட்டுக்கொண்டு நொண்டிக்கொண்டே இருட்டில் போய்விட்டான். நடந்துகொண்டிருக்கும் நிகழ்சியை எந்த விதத்திலும் கட்டுப்படுத்த முடியாமல் யமுனாபாய் உரக்கக் கத்த முடியாமல் செருமிக்கொண்டே, சமுதாயம், மகளின் திருமணம் என்ற புரியாத பயத்தில் வாயடைத்து பாலத்துக்கு அருகில் சாய்ந்து உட்கார்ந்துவிட்டாள்.

குசுமா மட்டும் தனியாக நின்று, கடைசித் தெருவிளக்கின் கீழே அவன் நொண்டியபடியே நடந்து விலகி மறையும்வரை பார்த்துக்கொண்டிருந்தாள். அப்போதுதான் கொக்கியில் இருந்து எடுத்துப் போட்டுக்கொண்ட அவனுடைய இஸ்திரி செய்யாத மெல்லிய மஞ்சள் டீ ஷர்டின் முதுக்குப் பக்கம் கொக்கியின் அடையாளத்தின் கோடு தெரு விளக்கின் வெளிச்சத்தில் தெளிவாகத் தெரிந்தது.

மெல்ல விலகிய சோட்டூவின் வெளிர் மஞ்சள் டீ ஷர்டின் அந்தக் கோடு குசுமாவின் மனதிலிருந்து எப்போதும் மறைய வில்லை. கணவன் வீட்டுக்குப் போவதைவிட அவள் இங்கேதான் அதிகம் வருவாள். ஏனென்றால் தொழிற்சாலையின் கேட் அருகில் அல்லது ரேஷன் கடைப் பக்கம் அறிமுகமில்லாதவர்கள் கிடைத்து யமுனாபாயையோ பருளேகரையோ "என்ன? மகனை எங்கே ஒளித்துவைத்திருக்கிறீர்கள். அவனை நாங்கள் சும்மா விட்டு விடமாட்டோம்" என்று பயமுறுத்துவார்கள். தூங்கவிடாத அளவுக்கு தீவிரமான அச்சமொன்று அந்த வீட்டைச் சூழ்ந்துகொண்டது. அப்போதெல்லாம் பருளேகர் "அவன் எங்கள் பங்குக்கு செத்ததுபோல" என்று தேவைக்கு அதிகமான குரலில் தன் சகஊழியர்களுக்குக் கேட்பதுபோலக் கத்துவார். தொழிற்சாலையில் தன் செல்வாக்கும், நிச்சயிக்கப்பட்ட பூர்வீயின் திருமணத்திற்கும் தேவையான ஏதோ ஒன்றை இந்த நிகழ்ச்சிகளின் வழியாக அவர் அடைவதைப்போல

இருந்தது. சோட்டூ இப்போது பரோடாவில் இருக்கிறானாம். கொல்லாபூரில் யாரோ பார்த்தார்களாம். இப்படி காற்றில் காகிதத் துண்டுகளைப்போல வதந்திகள் பறந்து வந்தபோது, சின்னக் குடியிருப்பில் நான்கு பேரும் இரவுத் தூக்கமோ, பேச்சோ எதுவுமே இல்லாமல் அமைதியாக ஜீரோ கியாண்டல் விளக்கு வெளிச்சத்தில் உட்கார்ந்திருப்பார்கள். நேற்றுவரை பட்டாசு வெடிக்க பயந்துகொண்டிருந்த ஒரு பையன், திடீரென்று இந்த சின்ன வீட்டின் பிடியிலிருந்து தப்பிச் சென்றுவிட்டானே என்று குசுமாவுக்கு உயிர் துடித்தது. அவனை அதிகமாகத் தூக்கி விளையாடியவள் அவள்தான்.

பூர்வியின் வருங்காலக் கணவன் சுஹாஸ் பாலேகர் இந்த சமயத்தைப் பயன்படுத்திக்கொண்டு இந்தப் பத்து அடியில் தன்னை நிலை நாட்டிக்கொண்டான். “இந்த வீட்டில் சோட்டூவின் எந்த அடையாளமும் இருக்கக் கூடாது. அவன் போட்டோ கூட இருக்கக் கூடாது” என்று ஆணையிட்டான். பிரேமிலிருந்து அவன் போட்டோக்களை எடுத்து விட்டார்கள். திருமணத்தை எளிமையாக ‘ஆரிய சமாஜ’த்தில் ஏற்பாடு செய்தார்கள். இந்த சிக்கனத்தால் மீதமான பணத்தை சுஹாஸ் பாலேகர் ரொக்கப் பரிசாக தனக்குத் தரவேண்டும் என்றான். திருமண நாளன்று சினிமாத்தனமாக சோட்டூ ஏதாவது வந்துவிட்டால் தான் மண்டபத்தைவிட்டு வெளியேறிவிடுவேன் என்று பயமுறுத்தினான். திருமண நாளன்று ஒருவேளை சோட்டூ வந்தால் – “அதனால் திருமணம் நின்றுவிடும். என் வாழ்க்கை பாழாகிவிடும் என்று சொல்லி” பூர்வி தன் எல்லா தோழியர்களையும் ஆரிய சமாஜத்திற்கு வெளியே நிறுத்தினாள். திருமணத்தின் பிறகு வீட்டில் புதுத் தம்பதிகளுக்கு தனிமை கிடைக்கவேண்டும் என்று பருளேகரும், யமுனாபாயும், குசுமாவின் வீட்டில் இரண்டு நாள் தங்கிவிட்டு வீட்டுக்கு வந்தபோது சுஹாஸ் வீட்டின் மூலைமுடுக்குகளில் இருந்த சோட்டூவின் பழைய கேன்வாஸ் ஷூ, ஸ்வெட்டர், புத்தகம் போன்றவற்றைத் தூக்கி எறிந்துகொண்டிருந்தான். “வேலைக்குப் போற எங்கிட்டயே இப்படிப்பட்ட சொகுசுப் பொருட்கள் இல்லை! பெரிய ஹீரோ... உன் பெயிலான தம்பி” என்று பூர்வியை கேலி செய்தான்.

“அப்படி என்றால் அவனுடைய ஆஃப்டர் ஷேவ் லோஷனை – நீ எதுக்கு போடறே?” என்று அவள் கேட்டபோது “ஏய்... நான் இப்ப உன் புருசன், பன்மையில் பேசு பன்மையில்” என்று கத்தினான். மற்றும் பருளேகர் தம்பதிகளின் முன்னிலையிலேயே சோட்டூவின் பொருட்களை “என்னை விட ஸ்மார்டா இருக்கறயாடா முட்டாள் இங்கிலீஷ் மீடியத்தில படிச்ச திமிரு உனக்கு...” என்று வெளியே தூக்கி எறிந்தான். யமுனாபாய் படுவேகமாக அதை

எல்லாம் திரட்டியெடுத்துக்கொண்டாள். அன்றே பருளேகர் கல்யாணில் ஒரு அறையை வாடைகைக்கு எடுத்தார். மகள் மனத்தைப் புண்படுத்த வேண்டாம் என்று இரண்டு நாள் ஒன்றாக இருந்துவிட்டுப் பிறகு கல்யாணுக்குப் போய்விட்டார்கள்.

கல்யாணில் புதிய வீட்டிற்குப் போன பிறகு பருளேகருக்கு சோட்டூவின் நிகழ்ச்சி சுத்தமாக வேறு விதமாகத் தெரிந்தது. தொழிற்சாலையின் சூழ்நிலையில், இந்தக் குடியிருப்பில் முக்கியம் என்று தோன்றிய தன் கௌரவம், பெயர் எல்லாம் இப்போது அறிமுகமில்லாத புது சூழ்நிலையில் அவ்வளவு முக்கியமாகப் படவில்லை. சோட்டூ இல்லாதபோது மருமகன் நடந்துகொண்ட முறை கடுமையாகத் தெரிந்தது. பாவம் மருமகனும் தன் இடத்திற்கும், நேரத்திற்கும், சூழ்நிலைக்கும் சம்பந்தப்பட்ட கௌரவப் போராட்டத்தில் இருக்கிறான். சோட்டூவின் அந்த இருபதாயிரம் ரூபாய் பிரச்சினை உண்மை யாகவே அவ்வளவு பெரிய குற்றமா? சகஊழியர் நாயர் "பாருங்க பருளேகர், இந்தக் காலத்தில் பணத்துக்கு என்ன மதிப்பிருக்கு? இருபதாயிரம் ரூபாயில் என்ன கிடைக்கும் சொல்லுங்க. வீடு வேண்டாம், ஒரு ரிக்ஷா வேண்டாம், ஒரு மோட்டார் சைக்கிள் கூட கிடைக்காது. ஏதோ அவன் கணக்குத் தவறிவிட்டது. அவன் கெட்ட காலம். அவன மன்னிச்சுருங்க" என்று சொல்லியிருந்தார். பருளேகர் அதை இப்போது மறுபடி நினைத்துக்கொண்டு பெரிதாக யமுனாபாயிடம் சொன்னார். யமுனாபாய் மௌன மாக இருந்துவிட்டாள். சோட்டூ நாசிக்கில் இருக்கானாம். தமனில் இருக்கானாம் என்ற புரளிகள் வந்தபோது 'இருக்கிறான்' என்ற வார்த்தையே மிகவும் ஆறுதல் அளித்து, அமைதியாகக் கண்மூடி குலசாமியை நினைத்துக்கொண்டாள். அடிக்கடி குசுமாவுக்கு ஃபோன் போட்டு "ஒருவேளை சோட்டூ அங்கே வந்தால், எங்கள் இந்த புதிய வீட்டு விலாசத்தைக் கொடுக்கச் சொல்" என்று சொல்வாள்.

இப்படி இருக்க ஒருநாள் சோட்டூவை வசாயி இரயில் நிலையத்து கேன்டீனில் பார்த்ததுபோல இருந்தது என்று யாரோ பருளேகரிடம் தெரிவித்தார்கள். பருளேகர் உடனே லோக்கல் இரயிலைப் பிடித்து தாதரில் வண்டி மாறி வசாயி வந்தார். அங்கே இறங்கியபோது இரவு 11 மணி. இருந்த ஆறு பிளாட்பாரங்களில் மொத்தம் ஏழெட்டு கேன்டீன்கள். ஏறி இறங்கி தொலைவில் நின்று எட்டிப் பார்த்தார். அறிமுகமான முகம் ஒன்று கூட காணப்படவில்லை. அவன் தாடி வளர்த்துக்கெண்டிருப்பானோ என்று தாடி வளர்த்த இளம் முகங்களைப் பார்த்தார். நள்ளிரவுக்குப் பிறகு கடைகளை மூடிய மக்கள் அங்கேயே பிளாட்பாரத்தின் மேல் சின்ன ஜமக்காளத்தை விரித்துக்கொண்டு வரிசையாகப்

படுக்கத் தொடங்கினார்கள். பனிரெண்டு மணிக்குப் பிறகு லோக்கல் ஓடுவது குறைந்தது. பருளேகர் மெல்ல தன் பையில் இருந்த சின்ன செல் டார்ச்சை வெளியே எடுத்துப் படுத்திருந்தவர்கள் முகத்தில் அடித்து, குனிந்து பார்த்துக்கொண்டே நடந்தார். முகத்தில் பச்சைப் போர்வையைப் போர்த்திக்கொண்டு படுத்திருந்தவனை நெருங்கியபோது கைநடுங்கியது. முதுகுக்குப் பின்னால் யாரோ "ஏய்" என்று கத்தினார்கள். கட்டம் போட்ட போர்வையைப் போர்த்தி இருந்தவன் எழுந்து உட்கார்ந்து கொண்டு "சூத்யா சாலா, ஹோமோ ஹை க்யா?" என்று காலால் வேகமாக உதைத்துவிட்டான். சில நாட்களிலேயே பருளேகர் இறந்துவிட்டார். யமுனா தனியானாள். பூர்வியும், குசுமாவும் வற்புறுத்தி அழைத்தாலும் அவள் போகவில்லை. கடைசியில் ஒருநாள் பூர்வி "கணவன் மிகவும் குடிக்க ஆரம்பிச்சிருக்கார். தொழிற்சாலையில் இந்த நேரம் பார்த்து வி.ஆர்.எஸ். அறிவிச்சிருக்காங்க. மொதல்லயே சோம்பேறி. எங்கேயாவது விருப்ப ஓய்வு எடுத்துக்கொண்டு வீட்டில் உட்கார்ந்துவிட்டால் கண்டிப்பா குடிச்சே எல்லாத்தையும் நாசம் பண்ணிடுவான் அவன். நீ இருந்தா கொஞ்சம் அடக்கிவைக்கலாம்" என்று கெஞ்சிய பிறகு யமுனா கல்யாண் அறையைப் பூட்டிவிட்டு இங்கே வந்தாள். "அதை விட்டுவிடு" என்றால் "சோட்டூ திரும்பி வந்தால்?" என்றாள்.

குடித்துவிட்டு வந்த மருமகன் அத்தையின் கண்ணைத் தவிர்த்து எங்கேயோ பார்த்துக்கொண்டு "எனக்கு யாரும் புத்தி சொல்லத் தேவையில்லை, அப்படிச் சொல்பவர்கள் அவங்க அவங்க மகனுக்கு சொல்லட்டும்" என்று திக்கினான். "அந்த மானங்கெட்ட தடிப்பய இங்க வரட்டும், அப்பத் தெரியும், நான் யாருன்னு" என்று கதவுப் பக்கம் முகத்தைத் திருப்பிக்கொண்டு உளறினான். ஒருநாள் யமுனா அவன் முன் நின்று "மொதல்ல உன் மூஞ்சியை கண்ணாடில சரியாப் பாரு. பிறகு என் மகனைப் பத்திப் பேசு. உழைச்சு நல்லபடியா பொண்டாட்டியைக் காப்பாத்தப் பாரு உதவாக்கரை. பிள்ளத்தாச்சி பொண்டாட்டிய பிரெஸ்ஸில புக் பைண்ட் செய்ய அனுப்பறயே, அப்ப உன் கௌரவம் எங்க போச்சு?" என்று கத்தினாள். மற்றொரு நாள் "என் மகன் பெரிய மனுசனாயிட்டான் தெரியுமா? இப்ப அவன் ரொம்பப் பெரியவன். வெஸ்பர்ன் லைனில் அவனுக்கு ஃப்ளாட் இருக்கு. அவனுக்கு முன்னாலேயும் பின்னாலேயும் சனங்க இருக்காங்க. உன் வாசலுக்கு வர்ற கெட்ட காலம் கண்டிப்பா அவனுக்கு கிடையாது. ஜாக்கிரதை, சோட்டூவைப் பத்தி ஏதாவது சொன்னால்..." என்று எல்லோருக்கும் கேட்பதுபோல கத்திவிட்டாள். தன்னை அறியாமலே தான் அப்போது சொன்ன சொல் ஒரு உண்மையைப்போல, உண்மையாவதுபோல அவளுக்குத் தோன்றியது. பிறகு "ஆம்" என்று எச்சரிக்கை

அளிப்பதைப்போல சத்தம் போட்டுச் சொல்லிவிட்டு உட்கார்ந்தாள். கண்ணுக்கு மறைவாகவே சோட்டூ அப்படி வளர்ந்திருக்கலாம் என்பது போன்ற உண்மை இப்போது விசித்திரமாக அவள் அனுபவத்திற்கு வந்தது.

மறுநாள் காலை பால் பூத்திற்குப் போனபோது டைலர் கோபிசந்தின் வீடு பூட்டி இருப்பதைப் பார்த்து, அட, அவன் மனைவியிடம் தவணையில் வாங்கிய தூப்சாவ் சேலையின் கடைசித் தவணை ஐம்பது ரூபாயைத் தான் கொடுக்கவே இல்லையே. அவள் என்ன நினைத்துக்கொண்டாளோ; அவர்கள் வீட்டைக் காலி செய்து போயிருந்தால் அதை எப்படித் தீர்ப்பது என்று யமுனா இன்னும் யாரும் எழுந்திருக்காத அந்த நேரம்கெட்ட நேரத்தில் தைரியம் இழந்தாள். பூர்வி எழுந்தவுடன் அவளிடம் இதைச் சொன்னாள். அதற்கு பூர்வி "இருக்கட்டும் விடு அம்மா, கோபிசந்தின் பிள்ளைகள் எத்தனை நாட்கள் இங்கே சாப்பிட்டிருக்கிறார்கள். கணவன் மனைவி பிள்ளை களை இங்கே விட்டுவிட்டு எத்தனை நாள் வெளியே போயிருக் கிறார்களோ. அதைவிடு, ஐம்பது ரூபபாய்க்காக தலையைக் கெடுத்துக்க வேண்டாம்" என்ற போது யமுனா "ச்சே... ச்சே... யாராவது சாப்பிட்டதைக் கணக்கு பாப்பாங்களா?" என்றாள். ஆனாலும் உள்ளே எங்கோ பாரம் குறைந்ததுபோலத் தோன்றியது. நேற்றிலிருந்து தோன்றுவதுபோல, சோட்டூ உண்மையாகவும் பெரிய மனுசனாயிருந்தா என்று நினைப்பதில் தவறென்ன என்று தோன்றியது. ஆம், கண்டிப்பாக அவன் இப்போது பணக்காரனாக இருப்பான். சுகமாக இருப்பான். தாராளமானவனாகஇருப்பான்.இப்படி யோசித்துக்கொண்டிருந்த யமுனாபாயின் உலகம் மெல்ல வேறொன்றாகக் காட்சியளிக்கத் தொடங்கியது.

குசுமாவின் கணவனுக்கு துபையில் ஒரு கேட்டரிங் நிறுவனத்தில் வேலை கிடைத்துப் போய்விட்டான். அவளுக்கும் அவள் அலுவலகத்தில் கேஷ் செக்ஷனுக்கு மாற்றலானது. வீட்டில் பத்திரிகை படிக்கும் பழக்கம் அவளுக்கு மட்டும்தான் இருந்தது. அவள் என்றும் தினசரிகளில் சாவின் செய்திகளைப் படிப்பதில்லை. கேஷ் பகுதிக்கு வந்தபிறகு நோட்டுகளை பரபரவென்று எண்ணுவது,பெரிய கட்டுகளை இரண்டு பாகமாகப் பிரித்து முன்னும் பின்னும் ட்விஸ்ட் செய்து பின்களை எடுப்பது போன்ற கைவரிசைகள் பழக்கமாகி இருந்தாலும் – அவளுக்கு அந்த நோட்டுக் கட்டுகள் பயத்தையும், சலிப்பையும் தந்தன. வயிற்றுப் பிழைப்பிற்கு சம்பளம் என்று கிடைப்பது, கண்டக்டருக்குக் கொடுக்கும் நான்கு ரூபாய் போன்ற சில்லறை சங்கதி மற்றும் இங்கிருக்கும் தடித்த நோட்டுக்கட்டுகள் – எல்லாம்

ஒன்றல்ல என்று தோன்றியது. கோடிக்கணக்கான கணக்குகளைப் பார்க்கும்போது திடீர் என்று சோட்டூவின் இருபதாயிரம் ரூபாய் நினைவிற்கு வந்து அது எவ்வளவு துச்சம், ஒன்றுமில்லை என்று தோன்றியது. குழந்தைகள் பிறக்காமல் அவள் கணவனுடன் வெவ்வேறு கைனகாலஜிஸ்ட் வரவேற்பறைகளில் ஸ்டார் டஸ்டைப் புரட்டிக்கொண்டு, தன் பெயரை கூப்பிடுவதற்காக அசட்டையாகக் காத்துக்கொண்டு உட்கார்ந்திருக்கும்போது, அங்கே இருக்கும் அழகான குழந்தைகளின் போஸ்டர்களைப் பார்த்து இளம் சோட்டூவின் நினைவு வரும். அவனுக்கு பட்டாடா வடை என்றால் விருப்பம். அதை 'பதாதே', 'பதாதே...' என்பான். அவன் பியூசி யில் பெயில் ஆகாமல் இருந்திருந்தால், இந்த இருபதாயிரம் ருபாய் பிரச்சினை பெரிதாகத் தோன்றி இருக்காதோ என்னமோ? சரியாகப் படிக்காத பையனின் சுமையை ஏற்க மனமின்றிப் பின்வாங்கி அந்த சிறிய வீடு அவனை வெளியேற்றியதோ? இப்படி எல்லாம் யோசித்த குசுமா – தானாகவே அவனைத் தேட முயற்சி செய்ததும் உண்டு. அவன் எங்காவது பட்டென்று கிடைத்துவிட்டால் அவனுக்குக் கொடுப்பதற்கு என்று எப்போதும் கொஞ்சம் அதிகமாகவே பணத்தை பர்சில் வைத்திருப்பாள். இப்போதெல்லாம் அம்மா – சோட்டூ மிகவும் சுகமாகவே இருக்கிறான். என் உள்ளுணர்வுக்குத் தெரியும் – என்று சொல்லும் போதெல்லாம் அதை அப்படியே மனதார நம்பும்போது மிகவும் நிம்மதியாக இருக்கும். தங்களுக்கு இனி குழந்தை பிறக்காது என்ற உண்மை நிலையை ஏற்றுக்கொண்ட பிறகு தைரியம் இழந்தாள். அவனுடைய இஸ்த்ரி செய்யாத மெல்லிய மஞ்சள் டீ ஷர்டின் கதவுக் கொக்கிக் கோடின் அடையாளம் மனதில் தோன்றும்.

மற்றொரு பக்கம் யமுனா மருமகனை அதிகமாக மிரட்ட திடீர் என்று பூர்வியின் தன்மானம் ஒருநாள் விழித்துக்கொண்டு "அம்மா, ரொம்ப ஆடாதே நீ. உன் அந்த கிரேட் மகன் ஒரு தடவையாவது உன்னைப் பார்க்க வந்தானா என்ன?" என்றாள். அதற்கு யமுனா "ஏ... ஏ... வாயை மூடு. அந்தப் பையன் அப்படி அடிபட்ட நிலைமையிலும் சட்டுன்னு எந்திருச்சு வீட்ட விட்டுப்போனது உன் திருமணத்துக்காக" என்றாள். பூர்விக்கு பொறுக்க முடியவில்லை. "எனக்காக யாரும் எந்தப் பெரிய தியாகத்தையும் செய்யலே, செய்யவும் தேவை இல்லை. இந்த சுஹாஸை திருமணம் செஞ்சுக்க முடிவு செய்தது நான்தான். அவன் மூச்சில் விஸ்கியின் கெட்ட வாசம் இருந்தது தெரிஞ்சும் அவன் கூட சுத்தினேன். உங்களுக்கு ஒரு சரியான பாடம் புகட்டணும்னு திருமணம் செஞ்சுக்கிட்டேன். எப்பப் பாத்தாலும் 'குசுமாவைப் பாத்து கற்றுக்கொள், உன் வயசில குசுமா அப்படி இருந்தா, குசுமா இப்படி இருந்தா'ன்னு அக்காவைப் பாராட்டி

என்னை யூஸ்லெஸ் என்பதைப்போல கிண்டல் செஞ்சீங்கல்ல. குசுமாவுக்காக மாப்பிள்ளை பார்க்க பரேல், லால்பாக்ன்னு ஜாதகத்தை தூக்கிக்கிட்டு அலஞ்சீங்க. ஒவ்வொரு மாசமும் சம்பளத்தைக் கொண்டாந்து உங்க கையில கொடுத்த அவ கலியாணமாகிப் போன பிறகு, அவ வர்றப்ப எல்லாம் பொய்யா அழுமூஞ்சிய வச்சிக்கிறது. கிழிஞ்ச சேலையாப் பாத்து எடுத்து கட்டிக்கிறது, எல்லாம் எனக்குத் தெரியும். அதுக்குத்தான் உங்களுக்கு சிரமமே கொடுக்கக்கூடாதுண்ணு வீட்டு வாசலிலேயே திருமணம் செஞ்சு காட்டினேன். இந்தத் தொழிற்சாலையிலேயே வேலை செய்யறவனைக் கலியாணம் பண்ணிக்கிட்டு அப்பாவின் ஓய்வுக்குப் பிறகு இந்த க்வாட்டர்ஸ கையைவிட்டுப் போகாமப் பாத்துக்கிட்டேன். அதுக்குத் தானே நீங்களும் என் காதலை திருட்டுத்தனமா உற்சாகப்படுத்தினீங்க! சுஹாஸூடன் சுத்திவிட்டு நான் இரவு தாமதமா வர்றப்ப குடியிருப்பில இருந்த சனங்க கண்கொட்டாம என்னைப் பாக்கறப்ப, உங்க காலுக்குக் கீழே பூமியே பிளந்துபோகும். ஆனாலும் நீங்க ரெண்டுபேரும் வாயையே திறக்காம திருடங்கபோல நேருக்குநேர் பார்ப்பதையே தவிர்த்தது எனக்கு எல்லாம் தெரியும். உங்களுக்குத் தெரியாமலேயே நடிச்சுக்கிட்டு காதலுக்கு ஊக்கம் அளிச்சது உங்களை உள்ளுக்குள்ளயே அரிச்சுக்கிட்டு இருந்தது. அதை எல்லாம் மூடி மறைக்க சோட்டூவின் இருபதாயிரம் ரூபாய் பிரச்சினை உங்களுக்கு வசதியா அமைஞ்சது. எப்படி பாய்ஞ்சாரு பாரு அப்பா அப்போ. நீ ஊமையா இருந்த. பிறகு நான்? நான் எதுக்கு வாயைத் திறக்காம சோட்டூவை விட்டுக்கொடுத்தேன் தெரியுமா? இப்ப சொல்றேன் கேளு. ஒருநாள் மதியம் சுஹாஸ் என்னை முளுண்டி பாஞ்சாத் தெருவின் லாட்ஜுக்கு அழைச்சுக்கிட்டுப் போனான். அங்கே இருந்து வெளியே வர்றப்பா சோட்டூவின் தோஸ்த் நந்து ஜகதாபா எங்களைப் பார்த்துவிட்டான். நான் அடையாளமே தெரியாதவள் போல முன்னால் நடந்துபோனேன். அவன் அதை சோட்டூவிடம் கண்டிப்பாக சொல்லி இருப்பான். பிறகு சோட்டூ அதை வீட்டில் சொல்ல முடியாமல் என் மீது எரிந்துவிழறான்னு எனக்குத் தோணுச்சு. அவனுடைய இயல்பான பேச்சிலும் ஏளனம் தெரிஞ்சது. அவன் 'தில்வாலே துல்கனியா லே ஜாயெங்கே' அல்லது 'ஹம் தும் எக் கம்ரே மே பந்த் ஹோ' என்று முணுமுணுக்கும்போதெல்லாம் என்னைத்தான் கிண்டல் செய்யறான்னு தோனும். என் தப்பு அவங்கிட்ட இன்னும் பெரிசா வளருதுன்னு நினைச்சு – அவனை எவ்வளவு தூரம் வெறுத்தேன்னா அன்னைக்கு யாரோ வந்து அவன் கடவாயை உடைச்சப்ப எனக்கு வருத்தமே உண்டாகலை. என் திருட்டுத்தனத்தை மறைக்க பெரிசா ஏதோ கிடைச்ச மாதிரி

நினைச்சு "அய்யோ... என் திருமணம் நின்னுபோச்சுன்னா..." ன்னு உதடு வெளுக்க அழுதேன். யமுனாபாயிக்கு, சிறுமியா இருந்த பூர்வி பார்க்கப் பார்க்க பெரிய பெண்ணாகிப் பழுத்து விட்டது போலத் தோன்றியது. தன்னுடைய உலகத்தில் அவள் அழுதுகொண்டிருந்தாள். கௌரவம், மரியாதை, சமூகம் இப்படியான வார்த்தைகள் இந்த உலகத்தின் ஓரத்தில் கடற்கரைக் குப்பைகள் போலக் கிடந்தன.

ஒருநாள் சுஹாஸ் "அக்கா தங்கை இருவரும் என்னை ஏமாத்தி தம்பிக்கிட்ட இருந்து பணத்தை வாங்கியாந்து கூத்தடிக்கிறீங்க. எல்லாம் எனக்குத் தெரியும். இல்லையின்னா விசிடி சிஸ்டெம் வாங்க எங்க இருந்து பணம் வரும்?" என்று கத்தினான். "உன்னாலதான் நடந்தது" என்பதைப்போல யமுனாபாயின் பக்கம் பார்த்தான். அவள் எதையும் கண்டுகொள்ளாமல் டீவி பார்த்துக்கொண்டிருந்தாள். அவள் முகத்தில் டீவி வண்ண வண்ண ஒளிகளை ஏற்படுத்திக்கொண்டிருந்தது. "உன் பையன் அவ்வளவு பணக்காரனா இருந்தா, இங்க எதுக்கு சாகற? போய் அவன் கூட மலபார் ஹில்லில இரு பாக்கலாம். இல்லை எங்களுக்கு ஹௌசிங் போர்டில ஒரு ஃப்ளாட் வாங்கிக்கொடு பாக்கலாம்" – என்று சிரித்தான். கட்டிலில் மூத்த பிள்ளையைத் தட்டித் தூங்க வைத்துக் கொண்டிருந்த பூர்வி "ஷ் ஷ் ஷ்" என்று கண்ணால் அதட்டினாள்.

சோட்டூ இந்தப் புறநகரில்தான் இருக்கிறான். இரண்டு தெருத் தாண்டி இருக்கிறான் என்ற மிக உறுதியான செய்தி யுடன் இப்போது வந்திருக்கும் குசுமா வீடு வந்து சேர்ந்த போது பூர்வியின் மகள் பள்ளிக்குச் சென்றிருந்தாள். வழுவழுப்பான படியில் அமர்ந்து தொடைமேல் ஸ்டீல் தட்டை வைத்துக் கொண்டு அரிசியைக் கோபுரம்போலக் குவித்துவைத்து ஒருகையால் கல் பொறுக்கிக் கொண்டிருந்தாள். பூர்வி இடது கைக்கு அப்போதுதான் மெஹந்தி போட்டுக்கொண்டு உலகத்தை ஆசீர்வதிப்பதைப்போல தூக்கிப் பிடித்திருந்தாள். தன்னைப் பார்த்து ஆச்சரியப்பட்ட பூர்வியைப் பார்த்து 'சத்தம் போடாதே' என்று சைகை செய்து குசுமா மெல்லப் பக்கத்தில் உட்கார்ந்தாள். யமுனாபாய் உள்ளே கட்டிலில் படுத்திருந்தாள். சுஹாஸ் பேக்டரிக்குப் போயிருந்தான். "சோட்டூ இங்கதான் காமானித் தெருவில் இருக்கானாம்" என்ற போது பூர்வி திறந்த கண் திறந்த வாயோடு சத்தமில்லாமல் அதிர்ந்து போனாள்.

கண்ணுக்கு மறைவாக இருந்துகொண்டே பல உருவங்களில் எல்லோருடைய தனிப்பட்ட போராட்டங்களிலும் பங்கேற்று, விசித்திரமான உருவமில்லாத சக்தியாக வளர்ந்துகொண்டிருந்த சோட்டூ, இங்கேதான், இருபது முப்பது நிமிட நடைத்தொலைவில்

இருக்கிறான் என்றால்? மதிய நேரத்து அமைதியில் உத்வேகம் அடங்கி இருந்தது. குசுமா "வா போய்ப் பார்க்கலாம்" என்ற போது பூர்வி ஒருவகையான சோம்பேறித்தனத்தில் குனிந்து எழுந்து நின்றாள். அவள் குனிந்து எழும்போது தொங்கிய அவளுடைய தாலிக்கயிற்றில் நிறைய மக்கிப்போன சேப்டி பின்களைப் பார்த்து குசுமாவுக்கு சலிப்பாக இருந்தது.

இரண்டு பக்கமும் தகரத் தகடுகளால் ஆன கடைகள் இருக்கும் தெருவில் இருவரும் நடந்தார்கள். அக்கம் பக்கத்தில் ஒரு காலத்தில் காணப்பட்ட பல மருந்து தயாரிக்கும் தொழிற்சாலைகள் எல்லாம் விழுந்து பாழடைந்திருந்தன. அதை எல்லாம் பில்டர்கள் வாங்கி பெரிய பெரிய வானைத் தொடும் விளம்பர போர்டுகளைப் போட்டிருந்தார்கள். திவாலான கட்டடங்களின் பிணத்தைக் காத்துக்கொண்டு கேட்டில் செக்யூரிட்டிகள் உட்கார்ந்திருந்தார்கள். தங்களைப் போன்ற பல குடியிருப்புகளைக் காப்பாற்றிய தொழிற்சாலைகள் அவை. அந்தக் குடும்பங்கள் எல்லாம் இந்த நகரத்தில் எங்கே போனதோ, என்ன ஆனதோ,இருவர் மனதிலும் ஒரே ஆலோசனை தோன்றியது.

திருமணமான பிறகு அக்கா – தங்கை இருவரும் இப்படி வெளியே வந்து ஒன்றாக நடந்ததே இல்லை. மனதில் இருந்த வரைபடத்தின்படி குசுமா நடந்தாள். அவள் நெஞ்சம் படபடத்தது. தூரம் குறைந்த அளவிற்கு வேகமும் குறைந்தது. அதனால் நடுவில் தர்பூசணி சர்பத் வண்டிக்கு அருகில் நின்று பூர்வி "குடிக்கலாமா?" என்பதைப்போல புருவத்தை உயர்த்திய போது குசுமா வேண்டாம் என்று சொல்லவில்லை. பளபளக்கும் ஸ்டீல் அண்டாவிலிருந்து கரண்டியால் ஐசைக் கலக்கிக் கொண்டிருந்தவன் கிளாஸ்களில் நிறைத்துக் கொடுத்தான். பணத்தைக் கொடுக்கப்போன குசுமாவின் கையை இறுகப் பற்றி தான் பாதி குடித்த கிளாசை வண்டி மேல் வைத்து மெஹந்தி போட்ட கையைப் பயன்படுத்தாமல் தன்னுடைய ஒரே கையால் தன் குட்டி பர்சை எடுத்து பணத்தைக் கொடுத்துவிட்டு "நானும் சம்பாதிக்கிறேன். புக் பைண்டிங். வீட்டிற்கும் எடுத்துவந்து செய்கிறேன், நீ மட்டும் சம்பாதிக்கிறாய் என்ற திமிர் வேண்டாம்" என்றாள் பூர்வி. பிறகு நடந்துகொண்டே "இந்தத் தடவை சங்கராந்திக்கு அம்மாவுக்கு சேலை வாங்கித்தரலையே நீ. ஒருவேளை குசுமா மறந்துபோயிருக்கணும் என்று அம்மா சொன்னாள். நான் சொன்னேன்னு சொல்லிடாதே என்ன" என்றாள். இந்த மதிய நேரத்தில் இதுபோன்ற வாய்ப்புக் கிடைக்கும்போதே பேச வேண்டியதைப் பேசிவிடவேண்டும் என்பதைப்போல "குசுமா நீ காந்திவிலியில் ஃப்ளாட் புக் பண்ணி இருக்கியாமே? டூ ரூம் கிச்சன். உண்மையா? எங்கிட்ட சொல்லவே

இல்லை. நீங்க இருக்கறது ரெண்டு பேரு. பிள்ளைங்களோ இல்லை. டூ ரூம் கிச்சன் எதுக்கு? சிங்கிள் ரூம் கிச்சன் போதுமே. இருக்கட்டும் விடு. உன் பணம். உன் வீடு. எனக்கென்ன வேண்டிக்கிடக்கு சொல்லு?" என்றாள்.

"சோட்டு கிட்ட எதெதையோ பேசவேண்டாம். நம்மளப் பத்தி அவன் மனசில என்ன இருக்கோ, என்னமோ தெரியாது. சும்மா வாயைக் கொடுத்து எல்லாத்தையும் பாழடிச்சிடாத" என்றாள் குசுமா. "அவன் கிடைத்தே விடுவான் என்பதைப்போல பேசறயே நீ. கவலைப் படாதே தாயி. எனக்கொரு கலர் டீவி வாங்கிக்கொடு, என் திருமணத்திற்கு நீ வரலையே, மோதிரம் வாங்கிக்கொடுன்னு நான் கேக்கமாட்டேன். சும்மா இருப்பேன். அவன் வாங்கிக்கொடுத்தா பிறகு உனக்கென்ன மரியாதை சொல்லு? இல்லை கண்டிப்பா கேக்கமாட்டேன். இருக்கற பிளாக் அண்ட் ஒயிட்டையே பாக்கறேன், சரிதானே?" என்று மூச்சுவாங்கிக்கொண்டு வேகமாக நடந்தாள்.

காமானித் தெருவில் இருவரும் நின்றார்கள். தெருவுக்கு அந்தப் பக்கம் சிறிது தொலைவில் ஷெபாலி ஸ்க்ரேப் சென்டர். "அங்கே பாரு அந்த பான் ஷாப் தெரியுதல்ல அது அதுதான் அவன் பான் ஷாப். உள்ளே உட்கார்ந்திருப்பவன் இங்கிருந்து பார்க்க தெளிவாகத் தெரியவில்லை. கொஞ்சம் நில்லு சனங்க சிகரெட் வாங்கிக்கிட்டு இருக்காங்க. அவங்க போகட்டும். இருந்தா இருக்கட்டும் விடு, அவங்க என்ன செய்யப் போறாங்க. வா போலாம். அங்க இருந்தே பாத்துச் சொல்லு. இதுவரை வந்து நடிக்க வேண்டாம் பூர்வி. வா, சரி, நீ இங்கயே இரு. நானே போய் பாக்கறேன். அவன்தான்னா கூப்பிடறேன்." முனிசிபாலிடியின் காய்ந்துபோன ஒரு செடியை தந்திக் கம்பியால் கட்டியிருந்த கூண்டில் சாய்ந்துகொண்டு பூர்வி நின்றாள். பிறகு குசுமா மெல்ல நடந்து தையற்கடைக்கு அருகில் நின்று தயக்கத்துடனே பான் ஷாப்பைப் பார்த்தாள்.

அப்படி அவன்தான் என்ற தோற்றம் கண்டிப்பாக இருக்கவில்லை. சிகரெட் பொட்டலங்கள், குட்கா பாக்கெட், சாக்லேட், கடலைமிட்டாய், பெப்பெர்மிண்டின் கண்ணாடி பாட்டில்கள், சுண்ணாம்பு, மசாலாவின் சின்னக் கிண்ணங்கள், பான் கடை சதுரமான தொலைக்காட்சித் திரையைப்போலத் தெரிந்தது. அந்த சதுரத்துக்குள் தலையைக் குனிந்துகொண்டு அவன் பான் மடித்துக்கொண்டிருக்கிறான். மேலே சின்ன கடவுள் போட்டோ, அதற்கு ஒரு சிவப்பு ஜீரோ கியாண்டல் பல்பு. 'பதாதே, பதாதே' என்று பட்டாட வடைக்கு திக்கிக்கொண்டு கையை நீட்டிய அந்த அழகான சிறுவன் பான் மடிப்பதை எப்படிப் பழகினான், தன்னுடைய கடவுளை எப்படி

முடிவுசெய்தான். அவனுடைய சதுரக்கடைப் பெட்டி ஒரு சுதந்திர துணை கிரகத்தைப்போலத் தெரிந்தது. அவன் மற்றும் எங்கள் எல்லோருடைய உலகிற்கும் நடுவில் விசித்திரமான கோடு இருக்கிறது. கண்ணுக்குத் தென்படாமலே என்னென்னவோ ஆகி எங்களை எல்லாம் ஒன்றாகப் பிணைத்திருக்கும், முன்னடத்தும் சோட்டூவுக்கு மற்றும் இங்கே தன்னுடைய ஒரு காதல், வெறுப்பு, தொழில், பக்தி, பயம், டீ ஷர்ட், கடன், ரொக்கம், பாவ – புண்ணியங்களின் உபக்கிரகம் ஒன்றைக் கட்டிக்கொண்டு மெய்மறந்திருக்கும் இந்த ஜீவனுக்கும் எந்த உறவும் கிடையாது. அந்த இருபதாயிரம் ரூபாயை அவன் எப்படி சுமந்துகொண்டிருக்கிறானோ தெரியாது. இங்கேயே அருகிலேயே வீட்டிலிருந்து இரண்டரைக் கிலோமீட்டர் தொலைவில் இருக்கும் அவன் எங்களுக்குத் தொடர்புடையவன் அல்ல. அவனை மறுபடியும் எங்கள் கடமைப் பொறுப்புடன் கூடிய உலகுக்கு கூட்டிவந்து அழிப்பதா? இவனுடைய குட்டிக் கடையின், குட்டி சட்டத்துக்குள், இவனுடைய குட்டிக் கடவுள், இவனுடைய சுவர்க்க நரகத்தைக் காப்பாற்று. இவனுடைய டீ ஷர்ட்களை இஸ்த்ரி செய்.

‘சோட்டூ’ என்ற விசித்திரமான சின்னப் பெருமூச்சின் குரல் ஒன்று மெல்ல குசுமாவிடமிருந்து வெளிவந்தது. மற்றும் அது அவன் ஒருவனைத் தவிர இங்கே இருக்கும் எல்லாத் தகடு, கண்ணாடி, தேவையற்ற பொருட்களைத் தடவிக்கொண்டு பறந்துபோனது. செடியின் கூண்டில் சாய்ந்துகொண்டு நின்றிருந்த பூர்வி அங்கே இருந்து உரக்க என்ன? என்ன? என்று சைகை செய்தாள். குசுமா வாடிய முகத்துடன் ‘இவன் அவனல்ல’ என்பதைப்போல தலையசைத்து மெல்லத் தெருவைத் தாண்டி வந்தாள். “எனக்குத் தெரியும். அவன் இங்கே இருப்பது சந்தேகமுன்னு, உறுதியாத் தெரியும்” என்று கிரகணம் விட்டதுபோல மகிழ்ச்சியாகக் கூவி முன்னால் நடக்கும் பூர்வியை, பின்னாலிருந்து ‘மெல்ல... மெல்ல...’ என்று சொல்லிக் கொண்டே குசுமா தெருவோரத்தில் இருந்த மூடிய கடையின் வாசலில் சாய்ந்து நின்றாள். ஒவ்வொரு தடவையும் கர்ப்பம் கலையும்போதும் அவளை சூழ்ந்துகொள்ளும் உண்மை, உலகத்தை நிரந்தரமாக இழந்துவிட்டது போல அடர்ந்த வெறுமை முற்றுகையிட வந்ததுபோல முகத்தை மூடிக் கொண்டாள். குசுமா தன்னுடன் இருக்கிறாள் என்று நினைத்த பூர்வி தனியாக பூனையைப்போல பேசிக்கொண்டே மெஹந்திக் கையை காக்கும் கரம்போல காற்றில் உயர்த்திக்கொண்டு வெயிலில் நடந்துகொண்டிருந்தாள்.

○○○

பார்ட்னர்

நானா சதுக்கத்தின் அருகில், ஊதா ரோசா கருநீலமாகி சிறிய வெயிலுக்கு மின்னும் பெரிய மர்பி பேபி போஸ்டருக்குக் கீழே அதன் கம்பிகளைப் பிடித்துக்கொண்டு சிறிய பொம்மையைப்போல நின்றிருந்த ரூபக் ராதோடுக்கு சட்டென்று எல்லாம் புரிந்துவிட்டது. ஆம், பார்ட்னரின் நடத்தை நூற்றுக்கு நூறு பொய். அவனுக்கு ஏதோ ஒரு பெரிய வேலை கிடைத்திருக்கிறது. கைநிறைய சம்பளம் வருகிறது. ஆனால் அந்த வைபவத்தை, மகிழ்ச்சியை இந்தக் கடைமட்ட தற்காலிக தொழிலாளியான என்முன்னால் சொல்லிக் காட்டமாட்டான். அதற்காகவே பொய்யாக முகத்தைத் தொங்கப் போட்டுக்கொண்டு வருகிறான். மெல்ல என் கண்களைத் தவிர்த்துக்கொண்டு தன்னுடையதே ஆன ஒரு புதிய நிலைமைக்கு மிகவும் தனிமையாக, சத்தமில்லாமல், எந்தத் தடயத்தையும் காட்டாமல் இருக்கும் அளவுக்கு தேர்ச்சிபெற்றிருக்கிறான்.

திடீர் என்று மின்னிய இந்த செய்தியால் ரூபக் ராதோட்பாயும்வாகனங்களால்சுற்றிவளைக்கப்பட்ட அந்த டிவைடரின் நடுப்பகுதியில் இருந்த இடத்திலேயே உற்சாகமடைந்தான். ஒருவகையாக வேலை இல்லாத அரைகுறை காலத்தைக் கடந்த ஒரு ஆண்டாகக் கூடவே அனுபவித்து, பத்து சதுரடி வாடகை அறையைப் பகிர்ந்துகொண்டு வந்திருக்கும் ரூம் மேட் அல்லது பார்ட்னர், ரூபகனுக்கு ஐந்தாறு வயது மூத்தவனாகவே இருக்கலாம். ஆனால் கீச்சுக் குரலினால் இளையவன் என்ற பிரமையை ஏற்படுத்துகிறான். தன் ஊர், வேலைகளைப் பற்றி எதையும் சொல்லாத அந்த ரூபகனிடம் அதைப்பற்றி

கேட்கவில்லை. சில்லறை வேலை, ஒருவேளை சாப்பாடு, சிறிது தெளிவான அழகான பச்சைப் பொய் மற்றும் பப்ளிக் பார்க் சுவரின்மேல்மீதமிருக்கும்கிழிந்தபோஸ்டர்களைப்போலஆசைகள்... இப்படி இருவரின் தினசரியில் அப்படி எந்த வித்தியாசமும், இரகசியமும், ஒளிவுமறைவுகளும் இருக்கவில்லை. பணம் கொடுக்கல் வாங்கலுக்கு வாய்ப்பே கிடையாது. ஏன் என்றால் பணமே இருக்காது.இப்படி பேச்சுகளின் சுமையில்லாமல் லகுவாக இருந்த பார்ட்னர் ஏனோ ஒரு வாரமாக இறுக்கமாகிவிட்டான். சூட்கேசுக்கு சின்னப் பூட்டுப் போட்டிருக்கிறான். ஏதோ வலி இருப்பவனைப்போல நடிக்கிறான். சம்பளம் எவ்வளவு என்று தப்பித் தவறியும் சொல்லவில்லை. "கைக்கும் வாய்க்கும் சரியாக இருக்கிறது" என்கிறான். "நீ முதலில் சாப்பிட்டுவிட்டு வா, எனக்குப் பசி இல்லை" – என்று என்னை முதலில் அனுப்பி, பிறகு தாமதமாக, அதாவது சௌபாதியின் கடற்கரை காலகட்டா சர்பத் தள்ளுவண்டிகள் தங்கள் வியாபாரத்தை முடித்து வீட்டிற்கு திரும்பும் நடு இரவில் தனியாகச் சென்று வேண்டியதைத் தின்று பான் மென்றுகொண்டே வந்து படுத்துவிடுகிறான். குளிக்கும் சோப்பிலேயே தாடியை சிரைத்துக்கொண்டிருந்தவன், இப்போது கிரீம் சோப்பின் ட்யூபை வாங்கி வந்திருக்கிறான். சவரம் - குளியல் முடித்து பசபச என்று முகத்திற்கு நாசூக்காக பூசிக்கொள்ளும் வாசம் நிறைந்த லோஷன் வாங்கி வந்திருக்கிறான். வேண்டுமென்றால் நீயும் பூசிக்கொள். தேவைப்பட்டால் நீயும் பயன்படுத்து.இப்படி சொல்கிறானே தவிர எடுத்துக்க நீயும் பூசிக்க என்று கொடுப்பதில்லை.

ஆம், பார்ட்னரின் உலகம் மாறுகிறது. புதியதொரு ஏவுகணையொன்றை ஏவத் தயாராக இருப்பதைப்போல அவன் தடுமாறுகிறான். அவன் பேச்சுக்கள் புதிய வேடங்களுக்காக தேடி அலைகிறது. என்னுடன் எப்போதும்போல "உனக்கு, எனக்கு, தூங்குடா, உன் அம்மாவின்..." என்றெல்லாம் பேசினால் புதிய வேடம் கலைந்துவிடும் என்ற பயம் அவனுக்கு.ரூபகனுக்கு உடனே பார்ட்னரின் சங்கடம் புரிந்தது. அரை மணி நேரத்திற்கு முன்பு நடந்த நிகழ்ச்சி இப்போது வேறு மாதிரித் தோன்றியது.

பொதுவாகஒருசட்டையைமூன்றுநான்குநாட்கள்,பேண்டை ஒரு வாரம் போட்டுக்கொள்ளும் அவன் இன்று குளித்துவிட்டு வந்தவன், நேற்று போட்டிருந்த சட்டை – பேண்டை மூலையில் விசிறி எறிந்து – டைம்ஸ் ஆஃப் இண்டியா தாளில் நூல் சுற்றி கட்டியிருந்த புதிய துணியை எடுத்துப் போட்டுக்கொண்டான். ரூபகன் 'என்னப்பா என்ன செய்தி' என்பதைப்போல பார்த்தபோது, ஆவேசம் வந்தவன் போல "அட, இங்கதானே வச்சிருந்தேன், வாட்சு எங்க போச்சு?" என்று பெரிதாக தேட ஆரம்பித்தான்.

மகிழம்பூ மணம்

அவன் என்னை சுத்தமாக சந்தேகப்படவில்லை என்பது உறுதியாக இருந்தாலும் – அவன் இப்படி கலவரத்துடன் தேடுவதைப் பார்த்து வியப்பாகி சங்கடப்பட்ட ரூபகன் தானும் எழுந்து அங்குமிங்கும் தேடினான் "நீ எதற்குத் தேடுகிறாய்? வைத்தது நான். ட்யூட்டி முடித்து வந்திருக்கிறாய். உனக்கு சிரமமாகும் என்று தெரியும். படு, படு, வாட்சு புதுசு, ச்சே" – என்று கட்டிலுக்குக் கீழே உட்கார்ந்து, அங்கே இருந்த குப்பையை எல்லாம் இழுத்து தேடத்தொடங்கினான். ஒருபக்கம் நெருக்கமும் இல்லாத, மறுபக்கம் வெறுப்பும் இல்லாத விசித்திரமான சங்கடத்தில் குழப்பமடைந்த ரூபகன் நுணுக்கமான அவமானத்தை தாங்கமுடியாமல் "புதிய வாட்சாக இருந்தால் கண்ட இடத்தில் எதுக்கு வைச்ச? உன் விஐபி சூட்கேசில் வைக்கவேண்டியது தானே" – என்று முனகினான். அதற்கு பார்ட்னர் இரண்டு கைகளையும் மேலே தூக்கி ரப் என்று கும்பிட்டு "அச்சா… சாரி…" என்று ஷூ போட்டுக்கொண்டு, கதவை இழுத்து சாத்திவிட்டு போய்விட்டான்.

அறையில் கவிந்த வெறுமையின் அமைதியைத் தாங்க முடியாமல், சில நொடிகளுக்குப் பிறகு வெளியே வந்த ரூபகன் இந்த பறக்கும் வாகனங்களுக்கு எதிரில் இந்த டிவைடரில் நின்று நினைத்துப் பார்த்தபோது பார்ட்னரின் எல்லா முகங்களும் வேடிக்கையாகவும் வருத்தமாகவும் தோன்றியது. முந்தாநாள்தான் புது ஹேங்கர்களை பார்ட்னர் வாங்கி வந்தான். அறை முழுவதும் அவன் நடமாடும் இடமெல்லாம் ஒரு மணம் நிலைத்திருக்கும். பிறகு, வெள்ளைவெளேரென புதிய ஹவாய் செருப்பு. ரூபகனிடம் இல்லாத புதிய பொருட்களை வாங்கிவர பார்ட்னருக்கு விசித்திரமான நெருடல். அதற்காக அந்த உணர்வை மிதித்து நிற்க பொய்யான திமிர். இந்த ஹவாய் செருப்போ அந்த சிறிய அறையில் சங்கடத்தை ஏற்படுத்தியது. அறை முழுவதும் அதை போட்டுக்கொண்டு திரியும் பார்ட்னர், மூலையில் இருக்கும் மோரியில் கைகால் அலம்பும் போதும் அல்லது நடு தூக்கத்தில் மூத்திரம் போகும்போதும் அதை போட்டிருப்பான். ஈரமான போது அது அதிகமாக டப்டப் சத்தத்தை எழுப்பும். இப்படி சிறியதாக இருந்த அறையில், தன் உலகத்தை மேலும் சிறிதாக்க பார்ட்னர் நடத்தும் கொடுமையான முயற்சி மற்றும் படும் சங்கடம் இரண்டும் பொருத்தமில்லாததாக ரூபகனுக்குத் தோன்றியது. காரணமில்லாமல் அவன் செய்கைகளைக்கண்டு அய்யோ என்று தோன்றும். அதிக ரசாபாசம் ஏற்படாமல், நினைத்ததைவிட எளிதாகவே பார்ட்னருக்கு சுதந்திரம் அளித்துவிட்டு, அவன் அறையில் இருந்து வெளியேறுவதே நல்லது என்று நினைத்தான். இன்று மாலை அவன் வேலையில் இருந்து திரும்பியதும், அவன் முன் இயல்பாக, அறையை விட்டுப் போகிறேன் என்று சொல்லிவிடுவது என்று முடிவெடுத்தான்.

டிவைடரில் இருந்து இறங்கி சாலையைத் தாண்டிய ரூபகன் எப்போதும்போல குட்லக் இராணி ஹோட்டலில் மஸ்காபாவ் மற்றும் இரண்டு கப் தேநீர் அருந்தி சிகல்வாடியில் இருக்கும் அறைப் பக்கம் புறப்பட்டான். வழியில் கென்னடி பாலத்தின் மீது இரண்டு வினாடி நின்று கீழே ஓடும் பீக் அவர் லோக்கல்களையும், பக்கத்துக் கட்டிடத்தில் முதல் மாடியில் பீக் அவர் அல்லாத நாச்வாலிகளின் அறையையும் பார்த்தான். வினோதமான மெல்லிய ரோசா நிறத் திரைகள், சின்னச் சின்ன பட்டு போர்த்திய உருண்டைத் தலையணைகள், பின்னல் போட்ட துணியால் போர்த்திய தபலா, யானை தந்தத்தால் வேலைப்பாடு செய்த சாரங்கி... எல்லாம் இப்போது பட்டப்பகலில் ஓய்ந்து கிடக்கின்றன. அங்கே யாரோ தூசி தட்டிக்கொண்டிருக்க வேண்டும். ஏன் என்றால் ஒளிக்கதிர்கள் பிரகாசமாக இருக்கின்றன. கீழே தெருவில் சில பெண்கள் ஆம்லெட் வண்டிக்காரனிடம் பேரம் பேசிக்கொண்டிருக்கிறார்கள். இருவரும் ஒருவருக்கொருவர் பேன் பார்த்துக்கொண்டு படியில் உட்கார்ந்திருக்கிறார்கள். இவர்கள்தான் இரவில் உதட்டிற்கு சாயம் பூசிக்கொண்டு ஆடுவார்கள். பார்ட்னரும், ரூபகனும் இரவில் பலமுறை இங்கே சுற்றித் திரிய வந்து இந்தப் பாலத்தின் மேல், அந்த ரோசா திரைகள் மூடிய சன்னல்களைப் பார்த்துக்கொண்டே நின்றிருந்ததும் உண்டு. பாகீஜா, முக்கந்தர் கா சிகந்தர், உம்ராவ் ஜான் படப் பாட்டுக்களின் வரிகள் அங்கிருந்து கேட்கும்போது பார்ட்னர்..." அங்கே போக பையில் பணம் இருக்கவேண்டும் ரூபகா, இப்போது இங்கே இருந்தே கேட்கலாம்" என்பான். பிறகு அவனுக்கு மட்டுமே ஏதோ தெரிகிறது என்பதைப்போல கூட இருக்கும் என்னையும் மறந்தவனைப்போல முழுமையாக அதில் மூழ்கி அந்த திரை மூடிய ரோசா சன்னல்களையே பார்த்துக்கொண் டிருப்பான். இவர்கள் நின்றிருப்பதைப் பார்த்து சிலர் தாங்களும் நின்று பார்ப்பார்கள். எதுவும் தெரியாது. ஆனால் எல்லோரும் எதையோ ஊகித்துக்கொண்டு பார்ப்பார்கள். பாட்டின் துண்டு துண்டான சில சொற்களுக்கு காதைத் தீட்டிக்கொண்டு கண் சிமிட்டாமல் அப்படியே மயங்கி நிற்பார்கள். இப்போது எல்லாம் வேறு மாதிரி தோன்றுகின்றன. மாறுபட்ட மக்கள் மாறுபட்ட இடத்தில் இருப்பதைப்போல. அப்படி ஒன்றும் கச்சிதமான உருவமில்லாத தங்கள் இருவரின் உறவைப்போல.

திரும்பி வந்ததும் அறைக் கதவு திறந்தே இருந்ததைப் பார்த்து அதிர்ந்துபோனான். ஓடிப்போய் உள்ளே பார்த்தால் அங்கே, போட்டிருந்த இஸ்த்ரித் துணியுடன் பார்ட்னர் படுக்கையில் வயிற்றைப் பிடித்துக்கொண்டு விழுந்துகிடந்தான் "அட... என்னாச்சு?" என்று அதிர்ச்சியுடன் பக்கத்தில் போன ரூபகனைப் பார்த்து "வேண்டாம், தொடவேண்டாம். வயிறு பயங்கரமாக

வலிக்குது" என்று கதறத் தொடங்கினான். அவன் முகம் வெளிறிப் போயிருந்தது. வேர்த்து வழிந்திருந்தது. அக்கம் பக்கத்தில் இருந்து இருவர் வந்து உடனே "டாக்டர் கிட்ட கூட்டிகிட்டுப்போங்க" என்று அவசரப் படுத்தியதும், ஒரு டேக்ஸி அழைத்துவந்து அதில் அமர்த்தி பாட்டியா மருத்துவமனைக்கு அழைத்துச் சென்று ஓ பி டி யில் சீட்டு வாங்கி வருவதற்குள் பெஞ்சில் அமர்ந்திருந்த பார்ட்னர் பொலபொலவென்று அழத் தொடங்கினான். "ஏய், பயப்படாதே, எதுவும் ஆகாது" என்று ரூபகன் ஆறுதல் சொன்னதும் கையைப் பிடித்துக்கொண்டு, தன் பையில் இருந்து கொஞ்சம் பணத்தை எடுத்துக் கொடுத்தான். "இருக்கட்டும் விடு நண்பா. அதை பிறகு பார்த்துக்கொள்ளலாம்..." என்று வாயால் சொன்னாலும், செலவு ஏறத்தாழ எவ்வளவு ஆகும் என்று தெரியாத பயத்தில் ரூபகன் பணத்தை தன் கையால் எச்சரிக்கையாக வாங்கிக்கொண்டு அதைப் பார்க்கத் தைரியம் இல்லாமல் தன் வெறும் பையில் வைத்தான். சக்கர நாற்காலியில் அமர்ந்து முன்னால் போன பார்ட்னரைப் பின்தொடர வேண்டுமா வேண்டாமா; தெரியாமல் நின்றுவிட்டான். தள்ளிக்கொண்டிருந்த நர்ஸ் பின்னால் திரும்பி "வாங்க" என்று சைகை செய்தாள்.

"தீவிரமான அபெண்டிஸைடிஸ் ஆகியிருக்கு, உடனே ஆபரேஷன் செய்யவேண்டும்" என்று ஏதோ ஃபார்ம்களை நீட்டி கையொப்பம் இடச் சொன்னபோது அதிர்ந்துபோனான். "சீக்கிரம், சீக்கிரம்" என்று அவசரப்படுத்திய டாக்டர், ரூபக் ராதோட் என்ற பெயரைப் பார்த்து "நைஸ் நேம்" என்றார். சக்கரக்கட்டிலில் படுத்திருந்த பார்ட்னர் ரூபக்கையே பார்த்துக்கொண்டிருந்தான். நர்ஸ் ஒரு காகிதத்தைக் கொடுத்து "இந்த மருந்துகளை வாங்கியாங்க" என்றாள். மருந்துகளை வாங்கி வந்தபோது சக்கரக் கட்டில் ஆபரேஷன் தியேட்டர் கதவருகில் இருந்தது. அப்போது பார்ட்னர் மருத்துவமனையின் பச்சை நீள அங்கியில் இருந்தான். நர்ஸ், அவனுடைய பேண்ட், சட்டை, சட்டி, பனியன் எல்லாவற்றையும் இவன் கையில் கொடுத்தாள். சட்டைப் பையில் இருந்த சில காகிதத் துண்டுகள் கீழே விழுந்தன. அவற்றைப் பொறுக்கிக்கொள்ளும் முன்பே படுத்த இடத்தி லிருந்தே மயக்கக் கண்களுடன் பார்த்துக்கொண்டிருந்த பார்ட்னர் "இங்க பாரு... போரிவலியில் என் தூரத்து உறவுக்காரர் இருக்கிறார். ஸ்டேஷனுக்கு வெளியே அவங்க ஜெராக்ஸ் கடை இருக்காம். அவரை நானும் பார்த்ததில்லை. என் அம்மா வகையில் உறவு. வழுக்கைத் தலை..." என்றான். அவன் கீச்சுக் குரல் மேலும் நலிந்துபோனது. "ரூபகா, ஆபரேஷன் முடிந்ததும் அவரை கூப்பிடலாம்..." என்றவன் "இல்லை... இல்லை... கூப்பிட வேண்டாம். அவருக்கு நான் யாருன்னு தெரியாது. நீ அழைத்தாலும் அவர் வரமாட்டார். அதல்ல, ஆபரேஷன் போது ஏதாவது விபரீதமாக

நடந்துவிட்டால்... மீதிப் பணத்தையும், என் பொருட்களையும் அவரிடம் சேர்த்துவிடு." என்றான். பச்சை நீள அங்கி அணிந்த டாக்டர் கழுத்தில் இருந்த தங்கச் சங்கிலியை கழற்றச் சொன்னார். நர்ஸ் கழற்றும்போது அது அவன் தலையில் சிக்கிக்கொண்டது. நர்ஸ் மற்றும் டாக்டர் சிரமத்துடன் அதன் கொக்கியைக் கழற்றி எடுத்து சங்கிலியை ரூபகனின் கையில் கொடுத்தார்கள். பச்சை நீள அங்கியின் சக்கரக் கட்டில் உள்ளே போனது.

ஆபரேஷன் முடியும்வரை வெளியே இருக்கவேண்டும் என்று சொன்னதால் அங்கேயே பெஞ்சு மீது உட்கார்ந்தான். பக்கத்தில் அமர்ந்திருந்த பெண் ஒருத்தி 'சேலை பம்பர் தள்ளுபடி விற்பனை' யின் கைச்சீட்டை உன்னிப்பாகப் பார்த்துக் கொண்டிருந்தாள். சங்கிலி கழுத்தில் மாட்டிக்கொண்டபோது விசித்திரமாகத் தலையை ஆட்டி மயக்கத்தில் துடித்துக் கொண்டிருந்த பார்ட்னரின் முகமே ரூபகனின் கண்முன் தோன்றியது. பையில் இருந்த சங்கிலியை எடுத்து கையில் வைத்துக்கொண்டு பார்த்தான். அது மிகச் சிறியதாக, பாவமாகத் தெரிந்தது. பெண் "என் அக்காவுக்கும் ஆபரேஷன். காலையிலேயே கூட்டிப்போனார்கள். அவள் கை வளையலைக் கழற்ற முடியவில்லை. பிறகு வெட்டி எடுத்தார்கள்" என்றாள். பார்ட்னர் உண்மையாகவே ஆபரேஷன் நடைபெறும்போது இறந்து விட்டால்? ஒன்றுமில்லை. நான் ஒன்றும் அவன் உறவுக்காரன் இல்லை. வெறும் ரூம் மேட். எனக்கு ஒன்றும் தெரியாது. வயிற்று வலி என்றான். கொண்டுவந்து போட்டேன் அவ்வளவுதான் என்று சொல்லிப் போய்விடலாம். ஆனால் அது அவ்வளவு எளிதா? அல்லது போரிவலியில் பெயர் தெரியாத வழுக்கைத் தலை உறவுக்காரனைத் தேடுவதா? பெண் "உங்களைக் கூப்பிடறாங்க" என்றாள். நர்ஸ் ஓ.டி வாசலில் நின்று அழைத்துக்கொண்டிருந்தாள்.

மெல்ல எழுந்து ரூபகன் போனபோது அவனை திரை மறைவிற்கு வரச்சொன்னார்கள். "நீங்கள் பார்ட்டி தானே?" என்றார்கள். பிறகு முகத்திலிருந்து பச்சைத் துணியை அகற்றிய டாக்டர் ஒருவர் வெள்ளை அல்யுமீனியம் தட்டில் பஞ்சின் மேல் வைத்திருந்த இரத்தம் கலந்த விரல்போன்ற ஒன்றைக் காட்டினார். "பாருங்கள், இதுதான் அபண்டிக்ஸ், செப்டிக் ஆகியிருந்தது" என்றார். ஒன்றும் புரியாமல் கண்களை விரித்துப் பார்த்துக் கொண்டிருந்த ரூபகனை எச்சரிக்கும் வகையில் "பாத்தீங்கதான?" என்று கேட்டார். அவன் 'ஆம்' என்பது போல தலையசைத்தான். உடனே அவர்கள் எல்லோரும் உள்ளே போய்விட்டார்கள். நர்ஸ் திரும்பவும் வந்து "போஸ்ட் ஆபரேஷன் வார்டில் ஒருநாள் வைத்திருப்பார்கள். நாளையில் இருந்து பழரசம் கொடுக்கலாம்" என்று சொல்லி இன்னும் சில மருந்துகளுக்கான சீட்டை எழுதிக்கொடுத்தாள்.

வெளியே வந்த ரூபகனுக்கு தெருவில் நடமாடும் உலகத்துக்கும் தனக்கு உறவே இல்லை என்பதுபோலக் தோன்றியது. சலூனில் முடிதிருத்திய பிறகு பின்கழுத்துப்பகுதியை கண்ணாடியைப் பிடித்துக் காட்டுவதைப்போல அவர் பார்ட்னரின் குடலின் அந்த சிறிய விரல்போன்றதை வெளிச்சத்தில் பிடித்துக் காட்டியது, பிறகு தான் தலை அசைத்து "பார்த்துவிட்டேன்" என்பதைப்போல ஒப்புதல் அளித்தது, வெள்ளித் திரைமேல் பார்த்த படத்தைப்போல திரும்பத் திரும்ப தெரிந்தது. அவன் அம்மா, அப்பா யாரோ, எங்கே இருக்கிறார்களோ, அவனைப் பற்றி எதுவும் தெரியாத தான் அவன் உள் குடலின் துண்டு ஒன்றைப் பார்த்த நொடியை நினைத்ததும் உடல் சில்லென்றது. அதிசயமாக தொண்டை கனத்தது. கையில் இருந்த பிளாஸ்டிக் பையைத் திறந்து சட்டை, பேண்ட் பனியன்களை ஒருமுறை பார்த்தான். வா என்று அழைக்கும் அறிமுகமில்லாதவனின் அருகில் வரத் தயங்கும் குழந்தைகளின் கண்களைப்போலத் தோன்றின. ரூபகனின் கையில் இப்போது அவை பாதுகாப்பாக இருந்தன. அவசரத்தில் சுருட்டித் திணித்திருந்தவற்றை, பெஞ்சில் உட்கார்ந்து மறுபடி வெளியே எடுத்து, ஒழுங்காக மடித்து வைத்தான். சீசன் பாஸ், சீப்பு, மூலை மடிந்துபோன துண்டுக்காகிதங்கள், பேண்ட் பையில் ஏதோ அழுத்த கைவிட்டால் பளபள புது வாட்ச் வெளியே வந்தது. காலையில் இது பையில் இருப்பதை மறந்துவிட்டானா, இல்லை வேண்டுமென்றே அதை ஒளித்துவைத்திருந்தானா –இவை எதுவும் ரூபகனை பாதிக்கவில்லை. ஏனென்றால், நாகரீகத்தின் நம்பிக்கையற்ற பெரிய உவமையைப்போல, அலுமினியத் தட்டில் வெள்ளையாக பஞ்சில் விழுந்திருந்த அந்த சின்னஞ் சிறிய குடல் துண்டு, புரியாத நட்பொன்றை அவனுக்குள் மலரச் செய்திருந்தது. விளையாட்டில் பிள்ளைகள் பையில் ஒளித்துவைத்து பிறகு மறந்துவிட்ட குட்டி பொம்மையைப்போல இந்த வாட்ச். ஆனால் அதன் டிக் டிக் ஒலி மட்டுமே இனிமையாகக் கேட்டது. அங்கேயே இருந்த பொதுத் தொலைபேசியில் "நான்கு நாட்களுக்கு வரமுடியாது" என்று தன் தொழிற்சாலைக்கு ஃபோன் செய்துவிட்டு, மருந்துகளை வாங்கிக்கொண்டு, பையில் இப்போது எவ்வளவு பணம் மீதமிருக்கிறது என்று சரியாக எண்ணிப் பார்த்தான். போஸ்ட் ஆபரேட்டிவ் வார்டுக்கு வந்தபோது, அப்போதுதான் அங்கே கொண்டுவந்தார்கள். இரத்தம், செலைன், ஈ சி ஜி இப்படிப் பல குழாய்கள், வயர்களுக்கு நடுவே பச்சைப் படுக்கையில், ஃப்ராக் போன்ற நீளமான அங்கியில், பார்ட்னர் ஆழ்ந்த தூக்கத்தில் இருந்தான். கண்கொட்டாமல் பார்த்துக்கொண்டு நின்றிருந்த ரூபகனைப் பார்த்து புன்னைகைத்த நர்ஸ் "எல்லாம் சரியாக இருக்கிறது. நீங்கள் போய் சாப்பிட்டுவிட்டு வாங்க" என்று சைகையில் சொன்னாள்.

ООО

பாமினி சப்தபதி

விரிசலின் ஓரத்தில் கடலைப் பார்த்துக் கொண்டு நின்றிருந்த பாமினிக்கு தன் உடலே உதிர்ந்து விடுவது போன்ற பிரமை உண்டானது. அதிர்ந்து உடல் நிமிர்த்தி வீசும் உப்புக் காற்றில் அங்குமிங்கும் திரும்பிப் பார்த்தாள். குன்றும் தோப்புக்களும் யுகமளவு தொலைவில் இருந்தன. கடல் பனிக்கு மங்கலாக மிளிரும் மதிய வேளை எங்கும் ஒரு ஈ காக்கை கூட இல்லை. பருவமழையால் சீற்றமடைந்த முழுக் கடலும் அவளுக்காவே இருந்தது.

கோகர்ணத்தில் பிறந்த பாமினி எட்டு வயதிருக்கும் போதே அம்மாவை இழந்துவிட்டாள். கூட்டுக் குடும்பத்தில், தாயில்லாத அனாதைக் குழந்தைக்கு அப்படி எந்த கவனிப்பும் இல்லாமல் போகவில்லை. ராமதீர்த்தத்திற்கு குளிக்கப் போன அம்மா பள்ளமான இடத்தில் கடலில் விழுந்தது, கேஸ் விளக்கை ஏற்றிக்கொண்டு தெரு மக்கள் இந்தக் கரையோரத்தில் இரண்டு இரவுகள் தேடிக் கொண்டு அலைந்தது, எல்லாம் ஏதோ தெளிவற்ற நேரத்தின் காட்சிகளைப்போல மனத்தில் இருக்கின்றன. பிறகு வீட்டில் அம்மாவின் பழைய படத்தை பூசை அறையில் தொங்கவிட்டார்கள். மாலையில் ஸ்தோத்திரம் சொல்லும்போது பாமினிக்கு அந்த படத்தில் இருக்கும் அம்மா தன்னையே பார்ப்பதுபோல, மெல்ல கருணையுடன் உதடு விரித்துப் புன்னகைத்தது போலத் தோன்றும். மனத்திற்கு இதமாக இருக்கும். அதே தருணத்தில் அப்பா குஜராத்தின் அகமதாபாதிற்கு யாரோ கட்டிய

கோவிலுக்கு மேற்பார்வை பார்க்கும் வேலைக்கென்று பாமினியை அழைத்துக்கொண்டு கிளம்பிவிட்டார்.

பிறகு பாமினியின் உலகம் புரண்டு அங்கே தொடர்ந்தது. வேறு மொழி. வேறு மக்கள். மூன்று நான்கு ஆண்டுக்கு ஒருமுறை அப்பாவுடன் சிவராத்திரிக்கு வந்து போயிருந்தாலும் இரண்டு மூன்று ஆண்டுகளுக்குப் பிறகு அதுவும் நின்றுவிட்டது. ஆனால் சிவராத்திரிக்கு வந்தபோதெல்லாம் பழைய பூசை அறையில் அம்மாவின் படத்தைப் பார்க்க அவள் மறந்ததில்லை. அந்தப் படத்தின் சட்டத்தின் அருகே விசித்திரமான மங்கல் நிறம் பரவத் தொடங்கியது. இடையில் மேலே இருக்கும் அறைக்கு அழைத்துப் போய் பழைய பெட்டியில் இருந்து பெரியம்மா ஓரிரு சேலைகளை எடுத்து அப்பாவுக்கு காட்டியபோது அப்பா அதெல்லாம் இங்கேயே இருக்கட்டும் என்று சொல்லிவிட்டார்.

இது எல்லாம் நடந்து இப்போது பல ஆண்டுகள் கடந்து விட்டன. அப்பாவும் இப்போது இல்லை. பாமினி அகமதாபாதில் ஸ்டேஷனரி கடைக்காரன் ஒருவனை மணந்துகொண்டாள். வீட்டிலும் குஜராத்தி பேசத் தொடங்கினாள். அப்பாவுடன் வசித்த வீட்டை விட்டுக்கொடுக்காமல் அங்கேயே குடும்பத்தை நடத்தினாள். அப்பா 'ஏதாவது விபரீதமாக நடந்தால், கோகர்ணத்துக்குப் போய்விடு. ஒரு பைசாவையும் அந்த வீட்டிலிருந்து எடுத்து வந்தவனல்ல நான். அந்த வீட்டில் உனக்கு உரிமை இருக்கிறது' என்று அடிக்கடி சொல்வார். 'உன் அம்மாவின் நகையும் அங்கே இருக்கிறது' என்று ஒருமுறை மட்டுமே சொல்லி இருந்தார். ஆனால் பாமினிக்கு அது எதுவும் தனக்கு சம்பந்தப்பட்ட சங்கதி என்று தோன்றவில்லை. ஸ்டேஷனரிக் கடை பரேஷ் ஷாவை திருமணம் செய்துகொண்ட போது அவள் மிகவும் அழகாக ஆகிவிட்டாள். கூடவே, வேற்று ஊரிலிருந்து வந்து கால்பதித்தவர்களில் இருக்கும் சாகச குணம் ஒன்று அவளுக்குள் பாய்ந்துகொண்டிருப்பதைப்போல எப்போதும் முறுக்கிய வில்லைப்போல இருப்பாள். அவள் ஒருமுறை முனிசிபல் தேர்தலில் நின்று கொஞ்சமும் பிரச்சாரமே இல்லாமல் வெற்றியடைந்ததும், 'அழகான முகத்தைக் காட்டி வென்றாள்' என்று அவளைப் பிடிக்காதவர்கள் பேசியபோது அவளுக்கு மிகவும் வருத்தம் ஏற்பட்டது. சிறிது அலங்காரம் செய்துகொண்டாலும் பேரழகியாகக்கூடியவள் வேண்டுமென்றே சிங்காரம் அலங்காரத்தை எல்லாம் விட்டுக்கொடுத்து சாதாரண சேலையில் இருந்தாள்.

நகராட்சி சபையில் முக்கிய விஷயங்களைப் பற்றி அவள் பேசத்தொடங்கினால் தலைவர் உட்பட எல்லோரும் சேர்ந்து அவளையே வாய் பிளந்து பார்த்துக்கொண்டிருப்பார்களே

தவிர ஒரு துளியும் அவள் பேச்சைக் கேட்கமாட்டார்கள். அவள் தலைவரிடம் ஏதாவது கேள்வி கேட்டால் அத்துடன் முடிந்தது. தலைவர் விசித்திரமாக மடையனைப்போல அங்குமிங்கும் பார்த்து பல்லிளிப்பார். கிறுக்குத்தனமான ரசிகர்களுக்கும் தயக்கம் ஏற்படும் வகையில் அவள் இருப்பு தாக்கத்தை ஏற்படுத்தும். பெண்களை எளிதாக எடுத்துக்கொண்டு வார்த்தைக்கு வார்த்தை தோள், முதுகைத் தட்டி, கைகுலுக்கி, அவ்வப்போது கீழ்த்தரமான ஜோக் சொல்லி எதிர்வினையை சோதிக்கும் தளர்ந்த நாடாவின் பயில்வான்களுக்கும் 'இந்தப் பெண் நமக்கானவள் அல்ல' என்று தோன்றிவிடும். சாதாரண நூல் சேலையை கஞ்சி போட்டு உடுத்திவரும் அவள் மிடுக்கு, கொண்டை, அவ்வப்போது கண்ணாடியைக் கழற்றி கைக்குட்டையால் துடைக்கும் பாணி, அகமதாபாதின் வெயிலுக்கும் அக்குள் ஈரமாகாத அவள் ஜாக்கெட் இவற்றில் ஏதோ சிறப்பு இருந்தது. திருட்டுத்தனமாகக் குறும்பு செய்து வரும் பிள்ளைகளை 'சரி, இனி படிக்கப்போ' என்பதைப்போல் இருக்கும் அவள் தோற்றம்.

இந்த அழகையே முதலாக்கிக்கொண்டு சமுதாயம் அவளைத்துன்புறுத்தியது. அவளுடைய நடத்தையைப் பற்றியும், விருப்பங்களைப் பற்றியும் இல்லாததும் பொல்லாததுமாகச் சொன்ன பழிச்சொற்கள் அவள் கணவனைப் போய்ச் சேர வெகு காலம் தேவைப்படவில்லை. அவனோ தன்னுடைய பலவகை வெள்ளைக் காகிதம், பேனா, பென்சில், இரப்பர், மை, பைல்களின் மணமான ஸ்டேஷனரி வியாபாரத்தில் முழுமையாக மூழ்கிக்கிடப்பான். பாமினியை விரும்பிக் காதலித்து, தனது வீட்டாரிடம் தகராறு செய்து, திருமணம் செய்துகொண்டு - அவளுடைய பழைய சிறிய வாடகை வீட்டிலேயே குடும்பம் நடத்த ஆரம்பித்த அவனுக்கு, திருமணத்திற்கு முன்பு பாமினி யிடம் காணாத உற்சாகத்தை இப்போது புதிதாகக் காணமுடிந்தது. இருவரும் முதல் குழந்தையை வெகு சீக்கிரமாகவே வரவேற்றார்கள். பிள்ளையைப் பராமரிப்பது, நோய், கடை வியாபாரம் இந்த நெருக்கடிகளில் எப்படியோ வழி அமைத்துக்கொண்டு பாமினியின் ஆளுமை புதியதொரு சமூக ஒளியில் மலர்வதை பரேஷ்ஷா மௌன அபிமானத்துடனும் மற்றும் அக்கறையுடனும் பார்க்கத் தொடங்கினான். பரேஷ்ஷானின் அழகான மனைவி என்று பார்த்த மக்கள் இப்போது நகரசபை உறுப்பினர், சமூக சேவகி பாமினியின் கணவன் என்று அவனைப் பார்த்தார்கள். இதனால் அவர்களுடைய குட்டிக் குடும்பத்தில் எந்த அலைகளும் எழவில்லை. மோர்வி கல்லணை இடிந்து வெள்ளத்தால் பாதிக்கப் பட்ட மக்களின் மறுவாழ்வுக்காக பாமினி அகமதாபாதின் வெளிப்புறங்களில் அலைந்துகொண்டிருந்தால் இங்கே பரேஷன்

கண்களை அகல விரித்துக் காத்துக்கொண்டிருக்கும் குட்டிப் பிள்ளைகளின் காலிப் பேனாக்களில் ஒருமனத்துடன் மை நிறைத்துக்கொண்டிருந்தான்.

தனது நேரங்களை மிகவும் எச்சரிக்கையோடும், கச்சிதமாகவும் பயன்படுத்தும் பாமினி, இயற்கை தனக்கு அளித்த அபரிமிதமான அழகிற்கு எதிராக அது எதற்கோ கிளர்ச்சி செய்பவளைப்போலஇருந்தாள். மார்போடு அணைத்துக்கொண்ட குழந்தையுடனேயே எங்கெங்கும் போவாள். மோர்வி துயரம் அவளை முழுவதுமாக ஆக்கிரமித்துக்கொண்டது.

மோர்வியில் நடு இரவில் வெள்ளத்தால் நீரின் ஏற்றம் அதிகமாகி கல்லணை உடைந்து தூக்கத்தில் இருந்த ஊர் நீரில் மூழ்கிப்போனது. கூடவே பல கிராமங்களும் மூழ்கியது. அங்கே இருந்து வந்த அகதிகளின் மேற்பார்வைக்கு நகரசபையின் எல்லைகளையும் மீறி பாமினி அலைந்துகொண்டிருந்தாள். இவள் வந்தால், போதும் மக்கள் கடவுளைக் கண்டதுபோல பார்த்தார்கள். அங்கே ஒரு கூடாரம் போட்டிருந்த குடும்பம் இவள் குழந்தையைப் பார்த்துக்கொண்டது. அந்தப் பிள்ளைகளுடன் இவள் குழந்தையும் விளையாடிக்கொண்டிருக்கும்போது பாமினி தன் வேலைகளைச் செய்வாள்.

எவ்வளவுதான் முன்னெச்சரிக்கை வகித்தாலும் எல்லோருடைய கைகளையும் மீறி கியாஸ்ட்ரோ பேதியின் தொற்றுநோய் அறிகுறி அந்த முகாமில் காணத்தொடங்கியது. மக்கள் மருத்துவமனையில் சேரும் செய்தி ஊர் முழுவதும் பரவி பரேஷனுக்கு கவலை ஏற்பட்டது. அவன் கடையை மூடிவிட்டு முகாமிற்கு ஓடினான். முகாமில் மக்கள் செய்வதறியாது துயரமான கண்களுடன் இயலாமையில் மூழ்கி இருந்தார்கள். அழுக்கான குழந்தைகள் அழுதுகொண்டிருந்தார்கள். பாமினி இல்லை. ஆனால் தொண்டன் ஒருவன் பாமினியின் குழந்தை விளையாடிக்கொண்டிருந்த கூடாரத்திற்கு அழைத்துச் சென்றான். அங்கே பெண் ஒருத்தி தன் குழந்தையுடன் இந்தக் குழந்தையையும் விளையாட வைத்துக்கொண்டிருந்தாள். கிழவன் ஒருவன் படுத்திருந்த இடத்தில் இருந்தே கைதட்டி எதையோ பாடிக்கொண்டு குழந்தைகளின் கவனத்தை ஈர்க்க முயற்சித்தான். பிள்ளை மெய்மறந்து விளையாடிக்கொண்டிருந்தாலும் சிறிதும் அறிமுகமில்லாதவர்களிடையே மிக அசுத்தமாக இருக்கும் இடத்தில் குழந்தையை விட்டுப்போன பாமினியின் மீது பரேஷனுக்கு மிகவும் கோபம் வந்தது. அமைதியாக குழந்தையை எடுத்துக்கொண்டு வீட்டுக்கு வந்தான். தேய்த்துத் தேய்த்து குளிப்பாட்டினான்.

ஜயந்த் காய்கிணி

இரவு பாமினி வந்ததும் "எதற்கு அப்படி குழந்தையை தூக்கிக்கொண்டு வந்தீர்கள்?" என்று கேட்டபோது பரேஷன் குரலை உயர்த்தி கத்தினான். 'தாவளத்தில் வாந்தி பேதியின் தொற்றுநோய் பரவி இருக்கிறதாம். அப்படி இருக்க நீ குழந்தையை மண்ணில் விளையாடவிட்டு, சமூக சேவை செய்யப்போனால் எப்படி?' என்று கத்தியபோது பாமினி 'அப்படி ஒன்றும் நடக்க வில்லை. அந்த ஏழைக் குடும்பத்திலும் ஒரு குழந்தை இருக்கிறதே, அதன் கதி? அப்படி இருந்தால் அந்தக் குழந்தையையும் உங்களுடன் அழைத்து வரவேண்டும். அந்தக் குழந்தையைத் தொற்றுநோய்க்கு விட்டுவிட்டு, நம் குழந்தையை மட்டும் தூக்கிவந்தது சரியல்ல என்று உங்களுக்கு ஏன் தோன்றவில்லை?' என்று கத்தினாள். பரேஷன் 'எனக்கு ஒண்ணுமே தெரியாது. நான் ஒன்றும் சமூக சேவகன் அல்ல. என் குழந்தை பலியாகக் கூடாது...' என்று அமைதியான குரலில் உறுதியாகச் சொல்லி ஓய்ந்தான். அந்த ஏழைக் குடும்பத்தின் அம்மா 'நாங்கள் ஏதாவது தவறு இழைத்திருந்தால் மன்னித்துவிடுங்கள் அண்ணி' என்று கைகூப்பிச் சொன்னது நினைவிற்கு வந்து பாமினி மிகவும் வருந்தினாள். கூடவே முதல் முறையாக அடிவயிற்றிலிருந்து சத்தமெழப் பேசிவிட்டு இப்போது குழந்தையை அணைத்துக் கொண்டு படுத்திருந்த பரேஷன் மீது அன்பு பொங்கியது. மறுநாள் அவள் குழந்தையை முகாமிற்கு அழைத்துச் செல்லவில்லை.

அழகான துணையுடனான தன் உறவு மெல்ல உடலுறவு வளையத்தைத் தாண்டிப் போயிருப்பதை உணர பரேஷனுக்கு தாமதமாகவில்லை. தன் எல்லாக் காமங்களும், அவளுடைய புதிய ஆளுமையின் முன் சிறுபிள்ளைத்தனமாகத் தெரிந்தது. ஆனால் தன் மனதில் காந்தியும் கூட ரசிகராக இருந்தார் என்ற அரைகுறை குஜராத்தி செய்திகளிலிருந்து தூண்டப்பட்டவனாக, ஒவ்வொரு இரவும் சோர்ந்து போய் திரும்பியதும் வீட்டு வேலைகளை முடித்துப் படுக்கும் பாமினியின் ஒளி வட்டத்துக்குள் சேர்ந்துகொள்ள வினோதமாகத் துடிப்பான். அவளைத் தொட துணிவில்லாமல் தயங்கிவிடுவான். அவள் மீது தன்னுடைய பாலியல் அதிகாரம் அவ்வளவாக இல்லை என்பது தன்னுடைய வலுவின்மையின் பலனாக இருக்கலாம் என்றும் வினோதமாக கோபப்படுவான். அவளுடைய அற்புதமான அழகு அவனை மென்மேலும் துயரத்தில் தள்ளியது. வெளி உலகம் அவளுடைய அழகுக்கு மயங்குவதை அறிந்திருந்த அவனுக்கு, வீட்டுக்கு வந்து இவள் வெறும் சாப்பாடு, சுத்தம் செய்வது, தூக்கம், பிள்ளையைப் பராமரிப்பது போன்ற வேலைகளை முடித்து விட்டு மறுபடியும் பொலிவுடன் அந்த வெளி உலகுக்குப் போவது மிகவும் மோசம் என்று தோன்றியது. இவ்வளவு அழகான மனைவியின் கணவன் என்று எல்லோரும் பொறாமையுடன்

கிண்டல் செய்து தன்னைப் பார்க்கும்போது, 'ஆம் இவள் என்னவள்' என்பதை தனக்குத்தானே எந்த வழியிலும் உணர்ந்து கொள்ள முடியாத இந்த நடுநிலையை அவனால் தாங்க முடியவில்லை. ஓர் இரவில் வாய் திறந்தான்.

'வெளியே என்னவெல்லாம் நடக்கிறதோ யாருக்குத் தெரியும்? நான் என்னப்பா சாதாரண ஸ்டேஷனரி கடைக்காரன்.' உடம்பின் மீது தண்ணீர் சிந்தியதுபோல பாமினி எழுந்து உட்கார்ந்தாள். வெறுப்பு, சலிப்பு, கோபம் எல்லாம் ஒன்றாகப் பொங்கி வந்தபோது வினோதமாக அவனைப் பார்த்தாள். விலை உயர்ந்த பொம்மையை உடைத்துவிட்ட குழந்தையைப்போல அவன் பார்த்துக்கொண்டிருந்தான். 'என்ன மறுபடி சொல்லுங்க' என்றாள். 'நீ பெரிய மனுஷி ஆயிட்டேன்னு... தெரியும்' என்று பேச்சை முடிப்பதற்குள் அவனுக்கு அழுகை வந்துவிட்டது. பாமினி அவனை அணைத்து, மார்பில் அழுத்திக்கொண்டாள். 'பாமினி... பா... மி... னி' என்று விக்கினான். 'அய்யோ... எனக்கு என்னவாயிருக்கு... நான் அவள்தான்'... என்று பாமினி சமாதானப்படுத்திய பிறகு 'உங்களுக்கு சிரமமாக இருந்தால் என் எல்லா காரியங்களையும் நாளையிலிருந்தே நிறுத்திவிடுகிறேன்' என்று சொன்னாள். 'வேண்டாம்... வேண்டாம்...' என்ற பரேஷன், மூழ்குபவன் மரக்கட்டையைப் பற்றிக் கொண்டவன்போல இறுக்கமாக அவளை அணைத்துக்கொண்டு படுத்தான்.

சில நாட்களுக்குப் பிறகு பாமினி முகாமிலிருந்து அனாதைச் சிறுமியை வீட்டிற்கு அழைத்துவந்தாள். பரட்டை முடியுடைய சிறுமியின் காதுகள் பெரிதாக இருந்தது. 'இவள் இனி இங்கேயே இருப்பாள்' என்று அவள் சொன்னபோது பரேஷ் 'பிங்கியைப் கவனித்துக்கொள்ள அவள் இன்னும் சின்னவளல்லவா?' என்றபோது அவள் வெடித்தாள். 'அவள் பிங்கியுடன் நம் பிள்ளையாக வளர்வாள். அவளை வேலைக்காரி என்று நினைக்க வேண்டாம்' என்று எச்சரிக்கும் குரலில் சொன்னாள். பரேஷன் அமைதியானான். பிறகு 'ஓகோ... இதற்கு அனுமதி தேவை என்றுதான்... ராணியம்மா கடந்த சில இரவுகள் விசால மனத்துடன் இருந்தீர்களோ..!' என்றான். பாமினி தலையில் அடித்துக்கொண்டாள்.

அகமதாபாதின் கர்நாடக சங்கத்தார்கள் அவளை ஒரு நிகழ்வுக்கு அழைத்தபோது அவளுக்கு கண்கள் நிறைந்து வந்தது. அப்பாவின் மரணத்திற்குப் பிறகு பத்து ஆண்டுகளாக வீட்டை விட்டுப் போன கன்னட மொழியை, மேடையின் மேலே, கீழே, ஒலிபெருக்கிகளில், துதிப்பாடலில், எல்லோருடைய பேச்சுகளிலும் கேட்கும்போது ஏதேதோ நினைவுக்கு வந்து பொங்கி வந்தது. சிறிய அரங்கில் இருந்தவர்கள் எல்லாம் உறவுக்காரர்களைப்

போலத் தெரிந்தார்கள். சுத்தமான கன்னடம் வராததால் அரைகுறை பேச்சுக் கன்னடத்தையும் குஜராத்தியையும் கலந்து பேசினாள். அறிமுகம் செய்தவர், 'குழந்தைப் பருவத்திலேயே அம்மாவை இழந்த பாமினியவர்கள்...' என்ற போது மறுபடியும் இனம்புரியாத கடற்கரை மனதில் அலைகளை எழுப்பியது. மோர்வி முகாமிலிருந்து அழைத்து வந்திருந்த குழந்தை எதிர் நாற்காலியில் பெரிய காதுகளுடன் திருதிரு என்று கண்களைத் திறந்துகொண்டு பிங்கியை கட்டிப்பிடித்துக்கொண்டு உட்கார்ந்திருந்தது. இருபத்தி ஐந்து ஆண்டுகளுக்கு முன்பு தானும் இப்படித்தான் இருந்தேனோ என்று தோன்றியது. மறுபடியும் திடீரென்று ஒருபோதும் நினைவுக்கு வராத துறவி ஒருவனின் தெளிவற்ற உருவம் மெல்ல மனதில் உருவமெடுத்தது. அவன் கையைப் பிடித்துக்கொண்டு நீண்ட கடற்கரையில் நடப்பதுபோல, அவன் காவித் துணியில் இதமாகப் பற்றிக்கொண்டு ஈர மணலில் கடல் பனியில் நடந்துகொண்டே இருப்பதைப்போல...

அந்த நாளுக்குப் பிறகு ஏனோ பிங்கியோடும், டிங்கியோடும் (முகாமிலிருந்து எடுத்துவந்த பெண்ணிற்கு அவசரத்தில் வைத்த பெயர்) கன்னடத்தில் உரையாடினாள். பரேஷனுக்கு இது உறுத்தலாக இருந்தது. ஆனால் அவன் அப்போதே பாமினியின் பெயரில் வெவ்வேறு நிகழ்வுகளின் சாக்கில், இரகசியமாக நன்கொடை வசூலிக்கத் தொடங்கினான். 'மோர்வி நிதி' பழசாகிப் போயிருந்தாலும் எல்லா இடங்களுக்கும் போய் 'பாமினியின் கணவன் நான்... பாமினிக்கு பணம் வேண்டுமாம்' என்று பணம் பறித்தான். ஒருநாள் வெகு தொலைவில் இருந்து வந்த தொண்டன் ஒருவன் பாமினிக்கு இதைப் பற்றி சொல்லி எச்சரித்துவிட்டுப் போனான். பாமினிக்கு பேச்சே எழவில்லை. உடுத்தி இருந்த சேலையுடன் கடைக்கு ஓடிவந்து, உயர்த்திய குரலுடன் 'மக்களிடம் பொய் சொல்லி பணம் பறிக்கிறாயா, பீ திங்கர புத்தி எதுக்கு வந்தது' என்று திட்டினாள். பாடப் புத்தகங்களின் அட்டைக் காகிதம் மற்றும் ஸ்டிக்கர் லேபல் வாங்குவதற்காக நிறைந்திருந்த பள்ளிப் பிள்ளைகளுக்கு முன்னால் 'ஏ, வீட்டுக்குப்போங்க' என்று கத்தினான். பாமினியின் மீது உயர்வான மரியாதை வைத்திருந்த அக்கம் பக்கத்துக் கடைக்காரர்கள் கூடினார்கள். 'ஊர் சுற்றுவது நீ... வீட்டில் குழந்தைகளைப் பார்த்துக்கொள்வது நான்... என்னையே திருடன்னு சொல்றா பாருங்க' என்று தன் துணிவிற்கு தானே அஞ்சுபவன் போல பல்லிளித்து, 'நீங்கள் பாராட்டும் சமூக சேவகி யாராக இருந்தால் என்ன... இவள் என் மனைவி' என்ற தோரணையில் 'போ, வீட்டுக்குப் போ' என்று தள்ளினான். ஓரிருவர் முன்னால் வந்து பாபி... (அண்ணி) நீங்க கொஞ்சம் தள்ளி நில்லுங்க' என்று பாமினியை ஓரமாக அழைத்துச்சென்றபோது

‘அவளைத் தொடாதீங்க!’ என்று கத்தியவன் கடைக் கல்லாவில் இருந்து தெருவில் குதித்து அவளை முதுகுக்குப் பின்னால் இருந்து தழுவிக்கொண்டு ; ‘எங்கள் நடுவில் வந்தா பாருங்க...’ என்று அலறி தனது கைகளால் அவள் மார்பை விகாரமாக அழுத்திப் பிடித்து ‘யாருக்காவது தகராறு செய்யவேண்டும் என்றால் வாங்க’ என்று கத்தினான். ஜொள்ளு, கண்ணீர், வியர்வையால் அவன் முகத்தின் உருவமே மாறிக்கொண்டிருந்தது. பாமினியோ ஊர்வலத்துக்கு மறுநாள் குளக்கரையில் வந்துவிழுந்த துர்க்கையைப்போல இருந்தாள்.

பரேஷனுக்குள் இருக்கும் நஞ்சு முழுமையாக வெளிப்படும் வரை அமைதியாக இருப்பதே நல்லது என்று தோன்றி பாமினி வீட்டிற்குள்ளேயே அடைந்து கிடந்தாள். வளரும் குழந்தைகளுக்கு நடுவில் பரேஷனின் வறண்ட போட்டிகளை சமாளிப்பதே அவளுக்கொரு பிரச்சினையானது. அவன் சங்கடங்களைப் புரிந்துகொண்டு அமைதியாக இருக்கத் தொடங்கியதும் அவன் அதை தன் பலமாகக் கருதினான். பிள்ளைகள் உலகம் கலங்கிவிடக்கூடாது என்று எந்த சச்சரவுகளிலும் இறங்காமல் அமைதியாக பிள்ளைகளின் வீட்டுப் பாடம், இஸ்திரி, சீருடை, பள்ளிக்கு உணவு டப்பாக்களை அக்கறையுடன் கவனித்தாள். பிங்கியின் கையிலிருந்து கருப்பு மைபுட்டி விழுந்து உடையும் போது சும்மா இருக்கும் பரேஷன், டிங்கியின் கையிலிருந்து ஏதாவது வீழ்ந்து உடைந்தால் ‘இதன் விலை எவ்வளவு என்று தெரியுமா உனக்கு...’ என்று கூச்சல் போட்டு அமளி செய்வான். கொடுக்கும் தின்பண்டத்தின் தரம், அளவு இரண்டிலும் நுட்பமாக ஓரவஞ்சனையையோடு நடந்துகொள்வான். ஒருமுறை ஸ்டவ்வில் வைத்திருந்த சுடுநீர் விழுந்து டிங்கியின் வலதுகால் சுட்டபோது வீட்டிலேயே பர்னால் பூசி விட்டான். மருத்துவரிடம் அழைத்துப்போவது சுத்தமாக வேண்டாம் என்றான். பாமினி பிடிவாதம் பிடித்து மருத்துவமனையில் இரண்டு நாட்கள் சேர்த்து பிறகு ‘தோல் முன்போல ஆகுமோ இல்லையோ . . . கிராஃப்டிங் செய்தால் நல்லது . . .’ என்று மருத்துவர் சொன்னபோது, ‘அதெல்லாம் வேண்டாம்’ என்று மருத்துவரின் பரிந்துரைக்கு எதிராக கையொப்பமிட்டு வீட்டுக்கு அழைத்துவர தயாராக இருந்தான். புண்ணியத்திற்கு அங்கே இருந்த பாமினி அறுவை சிகிச்சைக்கு அனுமதி அளித்தாள். ‘எங்கிட்ட இருந்து ஒரு பைசா கூட தேறாது’ என்று சொல்லிவிட்டு அவன் கடைக்குப் போய்விட்டான்.

ப்ளாஸ்டிக் சர்ஜரிக்கு அதிகப் பணம் தேவைப்படுவதால் பாமினி விடாமுயற்சியுடன், தனக்கு அறிமுகமானவர்களிடம் பணம் கேட்கப்போனாள். சுமார் அரை, முக்கால் நாளிலேயே

அவளுக்குத் தேவையான தொகை கிடைத்துவிட்டது. மாலை குட்டி டிங்கியை ஆபரேஷன் தியேட்டருக்குள் அழைத்துப்போன போது கதவருகில் நின்று, 'நான் இங்கே வெளியே இருக்கிறேன், சரியா?' என்று கொஞ்சி அனுப்பிவைத்துவிட்டு, அழுதாள். பிறகு இரண்டு மணி நேரம் வெளியே காத்துக்கொண்டிருந்தபோது அவளுக்கு ஒரு விஷயம் தீவிரமாக உறுத்தியது. தான் பணம் கேட்கப்போன இடங்களில் எல்லாம், 'நான் மோர்வி அகதிகள் முகாமிலிருந்து எடுத்து வந்து வளர்த்த குழந்தைக்கு ஆபரேஷன் செய்யவேண்டும்' என்றே சொன்னேனே தவிர எங்கேயும் 'என் மகளுக்கு ஆபரேஷன்' என்று ஏன் சொல்லவில்லை. 'என் பிள்ளை' என்று சொல்லி இருந்தாலும் மக்கள் பணம் கொடுத்திருப்பார்கள். தனக்காக மற்றவரிடம் உதவியை நாடி கையேந்த எனக்கு எதற்கு வெட்கம்?, என்னிடமும் எதற்கு அற்பமான திமிர்? டிங்கியின் மோர்வி நிகழ்வை காரணம் காட்டி இந்த வீட்டின் பிரச்சினையை ஒரு சமுதாயத்தின் முன்வைத்துவிட்டேனே! பரேஷனிடமிருந்து தானொன்றும் வெகு தொலைவில் இல்லை என்று பாமினிக்குத் தோன்றியது. இப்போது இந்தப் பளிங்கு வார்டின் அமைதியில் தன் சிந்தனைச் சங்கிலி மேலும் நாராசமாகக் கேட்டது. மௌனமாக நிலத்தைப் பார்த்துக்கொண்டு அமர்ந்தாள்.

டிங்கி இல்லாத போதெல்லாம் பிங்கி மிக உற்சாகமாக இருப்பாள். இப்போது அப்பா மகளின் விளையாட்டு அதிகமானது. பாமினிக்கு அவர்கள் செயலும் தவறென்று படவில்லை. ஒரு விதத்தில் அன்று கடைக்கு எதிரில் நடந்த தகராறுக்குப் பிறகு பாமினிக்கு திருக்குட நன்னீராட்டு நடந்ததுபோல இருந்தது. தனிப்பட்ட மற்றும் சமுதாய வாழ்க்கையின் இடையே இருக்கும் நுணுக்கங்களை எல்லாம் அந்த குடமுழுக்கு வெளிப்படுத்தியதுபோல இருந்தது. டிங்கியின் சுட்ட காயத்தின், மனதைப் பிழியும் வலிக்கு மட்டுமே பாமினியைத் திரும்பவும் ஊர் மக்களிடம் தள்ளிவிடும் வலு இருந்தது. மருத்துவமனையின் பொது வார்டில் பத்துநாள் தங்கி பாமினி, டிங்கியை வீட்டிற்கு அழைத்து வந்தாள். என்ன தோன்றியதோ பழைய அட்டை சூட்கேசில் இருந்த அப்பாவின் பூசைப் பொருட்களை வெளியே எடுத்து, அதில் இருந்த பித்தளைப் பொருட்களை எல்லாம் விற்றுப் பணம் சேர்த்தாள். பெட்டியைத் திறந்ததும் அவள் முன் அப்பாவின் பூசை நேரத்து ஒலிகளும் பரிமளங்களும் சூழ்ந்துகொண்டன. அப்பாவின் மடி பட்டுப் பீதாம்பரத்தில் இருந்து டிங்கி, பிங்கி இருவருக்கும் வீட்டிலேயே ஃப்ரில் வைத்துப் பாவாடை தைத்தாள். சேகண்டி, கிணிகிணி மணிகளை விளையாடக் கொடுத்தாள். ஆனாலும் அந்த சூட்கேசில் இருந்து தனது பால்யத்தின் வழியாக வரவேண்டிய ஏதோ ஒன்று மீதமிருப்பதாகத் தோன்றியது. இரவு குட்டிப் பிள்ளையைப்போல பரேஷனின் மடியில் குறுகிப்படுக்க

முயற்சித்தாள். பரேஷன் அந்த சமயத்தைப் பயன்படுத்திக்கொண்டு, 'டிங்கியை இனி வீட்டில்,வைத்துக்கொள்ள என்னால் முடியாது. இதுவரை போதுமான அளவு முயற்சி செய்தேன். இனி முடியாது. வேறு ஏதாவது ஏற்பாடு செய்' என்று அவளுடைய அடிவயிற்றைத் தடவிக்கொண்டே கையை நுழைத்தான். உடனே அவன் கையைப் பிடித்துத் தடுத்துவிட்டு எழுந்து வெளியே வந்தாள்.

இது நடந்த மூன்றாம் நாள் இரண்டு இரயில், இரண்டு பேருந்தை மாற்றி பாமினி டிங்கியுடன் கோகர்ணத்தில் இருந்தாள். கனவில் வந்ததுபோலவே மனத்தின் ஓரத்தில் தோன்றிய பால்யத்தின் துறவிதான் அவளை அழைத்து வந்தான். ஊர் முழுவதும் மாறி இருந்தது. பார்க்கும் இடமெல்லாம் வீட்டின் முன்பகுதிகள் கடைகளாக மாறி இருந்தன. மற்றும் எல்லா பெஞ்சுகளிலும் கலங்கிய கண்களுடைய வெளிநாட்டுப் பயணிகள் பப்பாளிச் சாறை குடித்துக்கொண்டிருந்தார்கள். ஆறு வயது டிங்கியை அழைத்துவந்த பாமினிக்கு வீட்டை அடையாளம் காணமுடியவில்லை. சிமெண்ட் கல்லின் புதிய வீடு மிகவும் பாழடைந்து போய் வீடு முழுவதும் நீண்ட சுவர்கள் மட்டுமே தெரிந்தது. பகலிலும் விளக்கு எரிந்துகொண்டிருந்தது. வீடு பங்கு பிரிக்கப்பட்டிருந்தாலும் எல்லாத் தாயாதி பிள்ளைகளும் கடைசி சித்தப்பாவின் வீட்டில் தொலைக்காட்சிப் பெட்டிக்கு முன்னால் எப்போதும் உட்கார்ந்திருப்பார்கள். பாமினியை அக்கறையுடன் யாரும் வரவேற்கவில்லை. அம்மாவின் படம் எங்கே இருக்கிறது என்று யாரைக் கேட்கவேண்டும் என்று தெரியவில்லை. இருந்தவர்களில் இறந்துபோன மூத்த பெரியப்பாவின் மனைவியிடம் சில வார்த்தைகள் பேச அவளால் முடிந்தது. இவள் வாயைத் திறக்கும் முன்பே அவள் 'உன் அம்மாவின் பங்கு அப்பாவின் பங்கு என்று இங்கே எதுவும் மிச்சமில்லைடி அம்மா. உன் அம்மாவின் தங்கச் சங்கிலி இரண்டு இருந்தது. அங்கே பார், அதையும் வீட்டுச் சாமிக்கு போட்டுவிட்டோம், வேண்டும் என்றால் எடுத்துக் கொடுக்கிறேன். எல்லோரையும் ஒரு வார்த்தை கேட்கவேண்டும்...' என்றாள். பாமினி 'ச்சே... ச்சே... அது எதற்கும் நான் வரவில்லை. ஏனோ மனது இந்தப் பக்கம் இழுத்தது, அதற்காக வந்தேன்' என்றாள். 'என்னமோ அகமதாபாதில் அதிகாரம் செலுத்தும் அளவுக்கு வளர்ந்திருக்கியாம், யாகத்துக்குப் போயிருந்த கணபன் வந்து செய்தி சொன்னான். நீ மினிஸ்டர் ஆகி இருக்கயாம். ஆண்கள் உனக்கு வணக்கம் போடறாங்களாம். இத்தனை வருஷம் நாங்க எல்லாம் இருக்கமா இல்லையான்னு தெரிஞ்சுக்க முகத்தக் கூடக் காட்டாதவளுக்கு... இப்ப எதுக்குப்பா மனசு இந்தப் பக்கம் இழுத்தது, புருசனை ஏதாவது விட்டுட்டயா...' என்றாள். பாமினி எதுவும் பேச வழியே இல்லாமல் போனது. 'என் இந்த மகளை இங்கே அழைத்து வந்து வாழவைக்கணும்னு பல வருஷங்களாக

மனது துடித்தது...' என்று சொன்னாலும்... ஏனோ சொன்னது மாறிவிட்டது என்று பாமினிக்கு வருத்தமானது. எதற்காக தான் அங்கே வந்தோம் என்று தோன்றியது. வினோதமான பயமும் எழுந்தது.

அம்மாவின் பழைய தோழி பின் வீட்டின் நாகரத்தினம்மா பாமினியின் தேகத்தைத் தடவி கண் நிறைத்துக்கொண்டாள். 'உன் அம்மா இருந்தால் நீ புகழோடு இருப்பதைப்பார்த்து பெருமையடைந்திருப்பாள். பெரிய பேர் பெற்றிருக்கிறாயாம். ஊரை விட்டாத்தான் நல்லா வரமுடியும். இல்லையின்னா நாள் முழுக்க டூரிஸ்ட்களுக்கு சமைச்சுப் போட்டுக்கிட்டு, பந்தியில தட்சிணை வாங்கிக்கிட்டு ஆயுளை வீணடிச்சிருப்ப' என்றாள். 'உன் அம்மா புத்திசாலி. என்ன தைரியமோ, எப்படி நேராப்போயி ராமதீர்த்தத்தில குதிச்சிட்டா பாரு. அப்போ நீ ரொம்பச் சின்னவ. இந்த உன் மகளைப்போலவே. ரெண்டு நாளைக்குப்பிறகு வெளியில பிணம் கிடைச்சது. வீட்டுக்கு தூக்கி வரல. அங்க இருந்தே எடுத்துக்கிட்டுப் போயிட்டாங்க. எவ்வளவு நல்ல பொம்பளை. என்ன சாபமோ என்னமோ. பிணம் கூட தூக்கற நிலைமையில இல்லையாம்...' கிழவி பேச்சு நிற்கவே இல்லை. பாமினி எழுந்து நின்றபோது, 'உன் அம்மா வீட்டு சங்கடத்தை எல்லாம் எங்கிட்டத்தான் வந்து சொல்லுவா பிள்ளை... வெத்தலை பாக்குக்கு ரெண்டு காசு' என்று உட்கார்ந்த இடத்தில் இருந்தே பாமினியின் சேலையைப் பிடித்து இழுத்தாள்.

பாமினி டிங்கியை வீட்டில் தெருப் பிள்ளைகளுடன் டீவி பார்க்கவிட்டு ராமதீர்த்தத்தின் பக்கமாக நடந்தாள். எப்போதோ கனவில் நடந்த வழிபோல இருந்தது. படிகள் எல்லாம் சோர்ந்துபோனதுபோல இருந்தன. கடல் ராமதீர்த்தத்தின் அருகில் இருந்த சிற்பங்கள் மீது தலையை முட்டிக்கொண்டிருந்தது. பத்துப் பதினாறு தென்னை மரங்கள் இருந்த இடத்தில் ஒன்றிரண்டு உயிரைப் பிடித்துக்கொண்டு நின்றிருந்தன. பாமினி கோயிலின் பின்னால் ஆழமான பள்ளத்தின் ஓரத்தில் நின்றாள். கடல் ஆர்ப்பரித்து விழுந்து பள்ளத்தின் இடையே உள்வரை நுழைந்து தெறித்து வினோதமான உக்கிர அமைதியுடன் பின் சரிந்தது. எவ்வளவு நீர் தாக்கினாலும் நண்டுகள் மட்டும் பாறையை இறுக்கமாகப் பிடித்துக்கொண்டிருந்தன. இங்கேதான் அம்மா குதித்தது. டிங்கியைப் போலவே சிறியவளாக இருந்த என்னை என்னுடைய சிறிய விதிக்கு விட்டுவிட்டு! அவள் எவ்வளவு தனிமையுடன் இருக்கலாம் இந்த தூளியில். அப்பா அப்போது வீட்டில் பந்தல் போட்டுக்கொண்டிருந்தார். நான் பாண்டி விளையாடிக்கொண்டிருந்தேன். வந்து குதித்துவிட்டாள் இங்கே. குதிக்கும்போது கண்ணைத் திறந்திருந்தாளா, மூடி இருந்தாளா,

கடைசியாக அவள் கண்ட கடல் எப்படி இருந்திருக்கும், இப்படியே இருந்ததா?

பள்ளத்தின் ஓரத்தில் கடலையே கண்கொட்டாமல் பார்த்துக்கொண்டிருந்த பாமினிக்கு உடலைத் துறக்கும் பிரமை ஏற்பட்டது. அதிர்ந்துபோய் உடம்பைக் குலுக்கி சத்தத்துடன் வீசும் உப்புக் காற்றில் அங்குமிங்கும் திரும்பிப் பார்த்தாள். குன்றும் தோப்புக்களும் வெகு தொலைவில் இருந்தன. கடல் பனியில் மங்கலாக ஒளிர்ந்துகொண்டிருந்த மதிய நேரத்து வேலி நெடுக ஒரு புழுபூச்சிகூட இருக்கவில்லை. பருவ மழையால் சீறிக்கொண்டிருந்த கடல் அவளுக்காவே இருந்தது. அவளுக்கு என்னமோ அது மோர்வி ஊர் மற்றும் மற்ற கிராமங்களை விழுங்கி நின்ற கொடூரமான நீராகத் தோன்றியது. அதில் ஆயிரக்கணக்கான வீடுகள் அழிந்துபோயின. துவாரகைகள் மூழ்கிப்போயின. மணமாகி மோர்விக்குப் போன மனைவிகளை எல்லாம் தண்ணீர் அடித்துக்கொண்டு போனது. திருமணமாகி காடேவாடிக்கு மறுபக்க ஊர்களுக்கு புலம்பெயர்ந்து போன பெண்கள் இன்னும் மலத்தைச் சுமந்து வாழ்கிறார்கள். பாமினி அதிர்ந்துபோனாள். பாகாபுரத்து மலம் சுமக்கும் பெண்களைப் பார்த்துவிட்டு வந்த நிகழ்ச்சி அவளுக்கு நினைவிருந்தது. கூட்டத்தில் ஒரு பெண்ணிடம் பாமினி 'பாபி (அண்ணி)... நீங்கள் ஏன் மலம் சுமக்கிறீர்கள். இது உங்களுக்கு அசிங்கமாகப் படவில்லையா? இது தவறல்லவா? பெண்களாகிய நீங்கள் மட்டுமே இந்த வேலையை ஏன் செய்யவேண்டும்? உங்கள் ஆண்கள்...' என்று முழுமையாகக் கேட்டு முடிக்கும் முன்பே, 'அதில் என்ன இருக்கு... நாம நம்ம பிள்ளைகள் பீயை அள்ளறதில்லையா... அதுபோலத்தான் இதையும் எடுக்கறோம்...' என்று அந்த அம்மா சொல்லிவிட்டுப் போனாள். அந்த வார்த்தையில் அந்தப் பெண்மணி ஊரின், நாட்டின் , உலகின் அம்மாவாக இருந்தாள்.

கடல் சத்தத்தை அடக்குவதுபோலத் தெரிந்த அந்த அம்மாவை நினைத்து பாமினியின் உடல் இப்போதும் புல்லரித்தது. அலைகள் நிசப்தத்தில் புரண்டுகொண்டிருந்தன. கண் ஓரத்தில் ஏதோ ஊர்வதைப்போல தோன்றி திரும்பிப் பார்த்தபோது தொலைவில் ஆள் நடமாடமற்ற வெட்டவெளியில் காற்றிற்கு படபடத்துக்கொண்டிருந்த சின்னப் பாவாடையில், மணலில் தடுமாறிக்கொண்டு, வெள்ளைப் பறவையைப்போல டிங்கி ஓடிவந்து கொண்டிருந்தாள்.

○○○

கண்ணாடி இல்லாத ஊரில்

சத்யஜித்தனுக்கு திருமணம் ஆகவில்லை. வயது கடந்துபோகிறது. இதைப் பற்றி அனுசரணை யாகப் பேசவோ, வற்புறுத்தவோ, நெருங்கியவர்கள் என்று யாரும் இருப்பதாகத் தெரியவில்லை. கடந்த இருபது ஆண்டுகளுக்கும் மேலாக இந்த மாநகரத்தில் வேலைகளையும், வசிக்கும் அறைகளையும் பூனை போல இடம் மாற்றிக்கொண்டே இருந்திருக்கிறான். இவன் வசிக்காத துணை நகரங்களே மும்பையில் இல்லை அல்லது நேரங்கெட்ட நேரத்தில் சாப்பிடாத தெருவோரத்து வண்டிகளே கிடையாது என்று சொல்லலாம். சில காலம் அறிமுகமில்லாத பிரம்மச்சாரிகளுடன் குடிசைகளைப் பகிர்ந்து கொள்பவன், வயது அதிகமாக அதிகமாக அப்படி யாருடனும் தங்க சலித்துக்கொண்டு தனியாக இருந்தான். ஒரு விடியற்காலை குளிப்பதற்கு ஆறு மணி நேரத்து பூனைத் தூக்கத்திற்காக ஒருவனுக்கு முழு அறை எதற்கு என்று பல காலம் பேச்சலர் கூண்டுகளில் இருந்தான். எஸ்டி பேருந்து நிலையத்தில் சில நொடிகள் சந்திக்கும் ஓட்டுனர்களிடம் தெரியும் அன்னியோன்னியம், வருடக்கணக்காக கூடவே ஒட்டிக்கொண்டிருக்கும் சகவாசிகளிடம் சாத்தியப்படாமல் போகும்போது, அவற்றை எல்லாம் விட்டுக்கொடுத்து கடந்த நான்கு ஆண்டுகளாக பழைய கட்டிடம் ஒன்றின் கூரையின் மீதிருக்கும் ஒரு சிறிய கூண்டில் இருக்கிறான். அதற்கு கதவைத் தவிர ஒரு சதுர வடிவத்து கம்பிகள் போட்ட சன்னலும்

இருந்தது. வேலைக்குப் போகாமல் இருக்கும்போது மதிய வேளையில் அந்தக் கம்பிகள் வழியாக ஒளிக்கதிர்கள் வீட்டுக்குள் வரும். அப்போது அந்தக் குட்டி அறை பளபளவென்று மின்னும். மனதை சுத்தமாகப் பெருக்கிவிடும் ஒளியின் துடைப்பத்தைப்போல அவை தெரியும். மேகம் சூழ்ந்ததும் மங்கலாகி மறைந்துவிடும்.

இதனால் எப்போதும், வேலைக்குப் புறப்படும்போது அந்த சன்னலைத் திறந்துவைத்துவிட்டே போவான். அதன் உள் பகுதியின் ஓரத்தில் வைத்த ஷேவிங் செட், டூத் பேஸ்ட், பிரஷ், சீப்பு பொன் ஒளிக்கு மின்னிக்கொண்டே இருக்கும். வேலைக்கு இருக்கும் இடங்களில் எல்லாம் சக ஊழியர்கள் இருப்பார்கள். அப்படிப்பட்டவர்களின் திருமணங்களுக்கோ, இறுதிச் சடங்குகளுக்கோ போதுமான அளவிற்கு போய் வந்திருக்கிறான். அப்போதெல்லாம் “சத்யஜித் உன் திருமணம் எப்போது?” என்று வம்பிழுப்பவர்கள் கிடைத்தால் “இந்த ஊருடன் என் திருமணம் நடந்துவிட்டது. மற்றொன்றுக்கு நேரமில்லை” என்பான்.

மூன்று மாடிகொண்ட பழைய கட்டிடத்தின் மொட்டைமாடியில் இருந்ததால் அவன் காலடியிலேயே பெரியதொரு சமூகம் வசிப்பதாக அவனுக்குத் தோன்றும். கீழே இருக்கும் சமூகத்தின் தெரு ஆர்ப்பாட்டத்திற்கு முற்றிலும் மாறுபட்ட அமைதி அந்த கூரையில் இருக்கும். அந்த மௌனத்தை தனக்குள் நிறைத்துக்கொள்பவனைப்போல அமைதியாக நின்று சின்ன அறைக்கு பூட்டைப் பூட்டி படி இறங்கி வேலைக்குச் செல்வான். மாலை வேலையில் இருந்து திரும்பி அதே மௌனத்துடன் நின்று கதவைத் திறக்கும்போது, முழு நாளும் இந்த அறை தனக்காகக் காத்துக்கொண்டிருந்ததைப் போலத் தோன்றும். தன்னைத் தவிர மற்ற யாரையும் உள்ளே விடாத இந்த அறைக்குள் ஒளிக்கதிர்கள் மட்டுமே விளையாடிவிட்டுப் போனதற்கான அடையாளமாக வீடு கதகதப்பாக இருக்கும். மற்றும் கீழ் கடைவீதியின் இரவு விளக்குகளுக்கு மிகவும் மாறுபட்ட மங்கலான இருட்டு கூரையைச் சுற்றி இருக்கும்.

இன்றும் சத்யஜித் எப்போதும்போலவே தாமதமாகவே எழுந்தான். அவசரமாகத் தயாராகி கதவைப் பூட்டிக்கொண்டு புறப்பட்டபோது, பழுத்த கிழவர் ஒருவர் படி ஏறி வருவதைப் பார்த்தான். இன்னும் மாடிகள் இருக்கலாம் என்று நினைத்துப் பிழையாக வந்திருக்கலாம் என நினைத்து “இங்கே வீடு எதுவும் இல்லை, இது மொட்டைமாடி, இங்கே யாரும் இல்லை” என்று அவரை கை சைகையாலேயே தடுத்தான். அவர் பெருமூச்சை வாங்கிக்கொண்டே – “இதே விலாசம்தான், சத்யஜித் தத்தா…” என்று தடுமாறிக்கொண்டு சட்டைப் பையிலிருந்து விலாசத்தை எடுத்தார். அப்போதே புறப்பட தாமதமாகி இருந்த சத்யஜித்துக்கு

சங்கடமானது. நின்ற இடத்திலிருந்தே கேட்டு அனுப்பிவிட முடிந்தாலும் என்னமோ வெகு தொலைவிலிருந்து தேடிக்கொண்டு வந்து வியர்த்துக்கொண்டு நின்றிருக்கும் பெரியவரை அப்படி அனுப்பிவிடுவது சரியல்ல என்று “வாங்க… வாங்க…” என்று வரவேற்றுக்கொண்டே கதவைத் திறந்தான். “உட்காருங்கள்” – என்று மடக்கி வைத்திருந்த இரும்பு நாற்காலியைத் திறந்து வைத்தான். இப்படி இந்த வீட்டிற்கு வந்த முதல் அழையா விருந்தாளி இவர். இடைஞ்சலான அந்த அறைக்குள் இருந்த எல்லா சின்னப் பொருட்களையும் பார்த்துக்கொண்டே…” சத்யஜித் தத்தா…” என்று திக்கினார். “நான்தான்… நான்தான் சத்யஜித் தத்தா… ஆபீசுக்குப் புறப்பட்டிருந்தேன்… நீங்கள் இரண்டு நிமிடம் தாமதமாக வந்திருந்தால் கிடைத்திருக்கமாட்டேன். உங்கள் தேடல் வீணாகி இருக்கும். சொல்லுங்க என்ன ஆகவேண்டும்?” என்று கூஜாவில் இருந்து தண்ணீர் ஊற்றிக் கொடுத்தான். தலையைத் தூக்கி கடகடவென்று குடித்த முதியவர் “உங்களுக்கு தாமதமாகி இருந்தால் புறப்படுங்கள். பிறகு, நீங்கள் சொல்லும் நேரத்திற்கு வருகிறேன்…” என்று சட்டையின் தோள்பட்டையில் வாயைத் துடைத்துக்கொண்டார். “ச்சே… ச்சே… சொல்லுங்க” என்று சத்யஜித் எப்போதும் விரித்தே இருக்கும் தன் கலைந்த ஒற்றைப் படுக்கை மீது பூட் போட்ட கால்களை சிரமத்துடன் மடித்து வைத்துக்கொண்டு உட்கார்ந்தான்.

“என் பெயர் சஞ்சீவ் சென். இரயில்வேயிலிருந்து ஓய்வுபெற்று பத்து வருஷத்துக்கும் மேலாகுது. போரிவிலியில் இருக்கிறேன்… உங்களைப் பற்றிய விவரம் தூரத்து நண்பர் ஒருவரிடமிருந்து கிடைத்தது. கட்டாயம் கிடையாது. ஒரு வேண்டுகோள். என் மகளுக்காக திருமண பிரபோசல் கொண்டு வந்திருக்கிறேன். அவளுடைய விவரம், சாதகம் எல்லாம் இதில் இருக்கிறது” என்று ஒரு பழுப்பு நிற உறையை நீட்டினார்.

சத்யஜித்துக்கு ஒன்றும் தோன்றவில்லை. போருக்குச் சென்றவனுக்கு யாரோ பரமவீர சக்ர விருது கொடுத்ததுபோல இருந்தது. உறையிலிருந்து காகிதத்தை இழுத்து மேலோட்டமாகப் பார்த்தான். ஷாலினி சென்… கல்வி… தேதி… போன்றவை. பழைய டைப்ரைட்டரில் என்றோ அச்சடித்த விவரங்கள் அவ்வப்போது வெவ்வேறு வண்ணத்து ரீபில்களால் திருத்தப்பட்டிருந்தது.

“ஒரு டிராவல் ஏஜென்சியில் பார்ட் டைம் வேலை செய்கிறாள். வயது முப்பத்தி ஒன்பது. துரதிர்ஷ்டம். எல்லாம் தாமதமாகிவிட்டது. உங்களுக்குத் தேவையான நேரத்தில், இடத்தில், உங்கள் விருப்பப்படி திருமணம் நடத்திக்கொடுக்கத் தயாராக இருக்கிறோம். நீங்கள் அவளிடம் பேசவேண்டும்

என்றால் உங்களுக்கு வசதிப்படும் இடத்தில் சந்திக்க ஏற்பாடு செய்யாலாம். உங்கள் ஃபோன் நம்பர் கொடுங்கள். நானே ஃபோன் செய்கிறேன். நீங்கள் ஃபோனுக்கு செலவு செய்வது கூட வேண்டாம் ...” என்று, இருந்த இரண்டு நொடிகளிலேயே அந்த அறையை நுணுக்கமாக கவனித்துவிட்டு சஞ்சீவ் சென் எழுந்து நின்றார். “அதில் விலாசம், ஃபோன் ... இருக்கு” என்று மெல்ல இறங்கிப் போனார்.

“பாருங்க திருமண விஷயத்தை என்னைக்கோ மறந்து விட்டவன் நான். இன்னும் சரியா நிலைச்சு நிற்கலே. அனேகமா என்றைக்கும் நிலைச்சு நிற்கறவனும் அல்ல. ஒருவிதமான ஊர் சுற்றி போல இருக்கேன். இந்த அறையைப் பாருங்க. இதெல்லாம் எனக்கு ஏற்றதல்ல...” இந்த எல்லா பேச்சுகளும் சத்யஜித்துக்குப் பிறகு தோன்றியது. மின்னல் போல நடந்துபோன இந்த சஞ்சீவ் சென் சந்திப்பு ஒரு கனவைப்போல இருந்தது. கதவைச் சாத்தி, பூட்டைப் பூட்டி மெல்ல படி இறங்கி சத்யஜித் அலுவலகத்திற்குப் போனான்.

தன்னைப் பற்றி யோசிக்க நேரமே இல்லாததுபோல இருக்கும் தினசரியில் ஒரு வெற்றுப் பக்கத்தைக் கண்டவன் போல, திருப்பிப்போட்டுக்கொண்ட ஆடையில் புதிய பை ஒன்று முளைத்ததைப்போல குழப்பமடைந்தான். மீசை பழுத்துப்போய், நாற்பதைத் தாண்டிய, திக்கற்ற, நிலையில்லாத தன்னை கட்டுப்பாடான சமுதாயத்தின் பெண்ணின் தந்தை ஒருவர் இப்படி விரும்பிவந்தது வியப்பான மகிழ்ச்சியை அவனுக்குள் பிறப்பித்தது. தன்னுடையதல்லாத உலகம் ஒன்று தன்னை நோக்கி வரும்போது இயல்பாகவே இருக்கவேண்டிய அலட்சியமும் மாயமாகி இருந்தது.

இதைப் பற்றி பேசக்கூடிய நபர்களும் அவனுக்கு இருப்பதாகத் தெரியவில்லை. அவனை மேலும் அதிகமாகப் பாதித்த சங்கதி என்றால் தனக்குப் பிறந்த மகளுக்காக தன்னைத் தேடிவந்த பெரியவர் எந்தக் கேள்விகளையும் கேட்காமல் போனது. இந்த வரனின் வயிற்றுப் பிழைப்பு என்ன, எப்படி இருக்கிறான், இவனுடைய பழக்க வழக்கங்கள் எப்படி – இதைப் பற்றிய எந்த ஆர்வமும் இல்லாமல், அது என்ன துணிவில் மகளை தள்ளப் பார்க்கிறார். அல்லது மற்ற எந்த அம்சங்களைப் பற்றியும் அக்கறைப்படாமல் போகுமளவிற்கு தறிகெட்ட நிலையில் அந்தக் குடும்பம் இருக்கிறதா? இஸ்திரிக்காக லாண்டரிக்கு கொடுக்கும் அளவிற்கு இயல்பாக நகரத்து ஓட்டையைப் போன்ற அறையில் சாதகத்தைக் கொடுத்துவிட்டு அமைதியாகப் போன சஞ்சீவ்செனின் செய்கை சத்யஜித்தை இப்போது கவலைக்குள்ளாக்கியது. கடுமையான வெயிலில் அலையும்

இந்த முதியவரின் தற்கால வெப்பத்திற்கு சாதகத்தின் கச்சாப் பிரதியின் எழுத்துக்கள் எல்லாம் ஆவியாகிப் போனதுபோல தோன்றியது.

ஷாலினி, ஷாலினி சென், பெயரில் ஏதோ அழகிருக்கிறது. கடந்த முப்பத்தி ஒன்பது ஆண்டுகளாக இதே கிரகத்தில் வசித்து வந்திருக்கும் இந்த ஷாலினி செனின் தற்காலம் திடீர் என்று இப்போது சத்யஜித் தத்தாவின் தற்காலத்தை நெருங்கிச் சுற்றும் வியப்பு எப்படிப்பட்டது. பிழைப்பிற்கென்று இந்த நகரத்திற்கு புலம் பெயர்ந்து நிலைத்த அல்லாத நிலையற்ற குடும்பம் ஒன்றின் பிள்ளையாக இருக்கலாம் அவள். எங்கேயோ தவழ்ந்திருக்கிறாள். தன் ஒருவனைத் தவிர, இலட்சக்கணக்கான முகங்களைப் பார்த்து வளர்ந்திருக்கிறாள். பாழாய்ப்போன மும்பை இந்தி பேசிக்கொண்டு, தோழிகளின் வீட்டில் நகத்திற்கு சாயம் பூசிக்கொண்டு, நவராத்திரியன்று கர்பா நடனமாடிக் கொண்டு, கணபதிக்கு “மோரயா” என்று கூவி கடலில் நனைந்து ட்ரக்கில் அசைந்தாடிக்கொண்டு வயதிற்கு வந்த அந்தப் பிள்ளையை, இந்த நகரம் “எல்லாம் சரியாகும்” என்று சொல்லிக்கொண்டே ஏதோ ஒரு நொடியில் திடீர் என்று கைவிட்டிருக்கவேண்டும். அப்போது அவள் நடுங்கி இருக்கிறாள். உலகமெல்லாம் முன்னேறிக்கொண்டிருக்கும்போது தான் ஒருவள் மட்டும் வரிசை விட்டு விலகி சாக்கடையில் விகோ டர்மரிக் பூசிக்கொண்டு தங்கிவிட்டதாக எண்ணி தவித்திருக்கிறாள். எரிந்துவிழுந்திருக்கிறாள். சாப்பாட்டிற்கு இடையே எழுந்து செருப்பு அணிந்து வெளியேறி இருக்கிறாள். தோழிகளிடமிருந்து தப்பித்துக்கொண்டு, பொய்களைச் சொல்லிக்கொண்டு தனக்கே ஆன இரகசியக் கண்ணாடி ஒன்றில் ஒளிந்துகொண்டு உட்கார்ந்திருக்கிறாள். அவளுடைய வகிடில் நரை வந்திருக்கிறது. “இவ்வளவு அழகாக இருக்கியேடி. உனக்கெதுக்கு இன்னும் திருமணமாகவில்லை?” என்று திருமண மண்டப ஸ்பீக்கர்கள் கிண்டல் செய்யும்போது முகம் நிறைய பழுத்த களை நிரந்தரம் என்பதைப்போல டேரா போட்டுவிட்டது. சிறுபிள்ளையைப் போல பிடிவாதம் பிடிக்கும் உரிமையை அவள் இழந்து விட்டாள். ஒரே வழி என்று சிகல்வாடியில் ஆகாய விளக்கு விற்கும் பக்யாவையோ இல்லை கேசட் கடையின் கேசுவையோ விரும்பி தன் நாட்களை பாழடித்துக்கொள்கிறாள். அல்லது யாருக்குத் தெரியும், மெல்ல நூலகத்து அலமாரியில் கீழ்த்தட்டின் மூலையில் யாரும் படிக்காத புத்தகத்தைப்போல தன் பாட்டிற்கு தான் அமைதியாக அம்மாவின் குணாதிசயங்களை மௌனமாகப் பெற்றுக்கொண்டு அமர்ந்துவிடுகிறாள்.

சத்யஜித்தின் மனத்தறி ஓசையில்லாமல் ஷாலினியின் சொரூபத்தை நெய்துகொண்டிருந்தது. மாநிறம் கொண்ட அழகான முகத்தைக் கற்பித்துக்கொள்ளும் தன் எண்ணத்தைப் பற்றியும் அவனுக்கு சற்றே பயம் ஏற்பட்டது. தன் கூட்டாளிகள் எல்லாம் கடன் வாங்கி சொந்த வீடுகளை வாங்கிக்கொண்டு, தவணைமுறையில் பிரிஜ், டிவி, மிக்ஸர் வாங்கி, 'சர்வீஸ்' இல் இருக்கும் மனைவியைப் பேருந்து நிறுத்தம்வரை ஸ்கூட்டரில் அழைத்துச்சென்று விட்டு – யாருக்கும் தெரியாதபடி மிடுக்கோடும் காதலோடும் தலையை மெல்ல அசைத்து அவளுக்கு டாட்டா சொல்லி, குளியலறைக் கூண்டிலுள்ள சோப் டப்பாவில் இருக்கும் சோப்பைப்போன்ற மென்மையான மனத்தோடு ஒவ்வொருவரும் அசைபோட்டுக்கொண்டிருக்கும்போது, அவன் மட்டும் என்றோ கைநழுவி கண்ணுக்கு தெரியாமல் வெயிலில் காயும் பழைய சோப் வில்லையைப்போல, முக்குணமற்ற, துவந்தமற்ற, சத்தியத்தைப்போல, மினிமம் பேலன்ஸ் வைத்துக்கொண்ட வங்கிக் கணக்குபோல இருந்து விட்டான். யாராவது எதிரில் நின்று 'நேரம் நகர்கிறதா, நின்றுவிட்டதா' என்று கேட்டால் 'தெரியாது' என்று தெளிவாகச் சொல்லக்கூடியவனாக இருந்தான். ஆனால் இப்போது எங்கேயோ இதே போன்ற சூழலில் வாழ்ந்துகொண்டிருக்கும் ஷாலினி சென்னின் அழகில் இந்த பாதுகாப்பான சமுதாயத்தின் கதவு ஒன்று திறந்துகொள்ளும்பொழுது சத்யஜித்தின் இருப்புக்கு ஏதோ ஒரு உற்சாகம் வந்ததுபோல இருந்தது. உணவு நேரத்தில் சென்னின் கேர் ஆஃப் எண்ணுக்கு ஃபோன் செய்துவிட்டான்.

'யார் வேண்டும்' என்று ஒரு கடுமையான குரல் 'இப்போது அழைக்க முடியாது. நேரம் கிடைக்கும்போது ஃபோன் செய்யச் சொல்கிறேன். செய்தி ஏதாவது இருந்தால் சொல்லுங்கள்' என்றது. 'ஒன்றுமில்லை...' என்று சொல்வதற்குள் துண்டித்து விட்டார். சிறிது அதிகமாகவே உற்சாகமடைந்து விட்டோமா என்று தோன்றி சத்யஜித் தன் வேலையில் மூழ்கிவிட்டான். விமானத்தின் சத்தம் மெல்ல நிசப்தத்தில் ஒன்றிப்போவதுபோல அவன் மனதும் அமைதியானது.

மாலை அறைக்கு வரும்போது ஸ்டேஷனில் இருந்து நடந்தே வந்தான். வழியில் ஜான்சன் பூங்காவிற்கு வெளியே இளநீர் வண்டிக்கு அருகே இளநீர் பருகிக்கொண்டு நின்றான். அங்கே தூரத்துப் பட்டணங்களுக்குப் போகும் தனியார் சொகுசுப் பேருந்துகளின் பிக் அப் பாய்ண்ட்கள் இருந்தன. மாலை நேரமாக இருந்ததால் மதயானைகள் போல பேருந்துகள் அசைந்துகொண்டு வந்து நின்று பயணிகளை ஏற்றிச் சென்றன. கதவருகில்

நின்ற க்ளீனர்கள் டிராவல்ஸ்களின் பெயர்களையும், ஊர் பெயர்களையும் கூவிக்கொண்டிருந்தார்கள். அதற்குள் தொலைவிலிருந்து அதே தெருவின் நடைபாதையில் பத்துப்பதினொரு வயதில் அழுக்காகக் காணப்பட்ட ஒரு பையன் வந்துகொண்டிருந்தான். அவன் காலால் காலி பெப்சி கேன் ஒன்றை சங் என்று உதைத்துக்கொண்டு வந்தான். கேன் தெருவின் பாதைக்குள் செல்லாமல் நடைபாதை மீதே உருளும்படி கவனமாக உதைத்துக்கொண்டிருந்தான். அவன் அந்த நிறுத்தத்திற்கு அருகில் வருவதற்கும் பேருந்து ஒன்று வருவதற்கும் சரியாக இருந்தது. அவன் உதைத்த கேன் இப்போது தவறி அந்த பேருந்துக்கு அடியில் போய்விட்டது. பேருந்து இடத்தை விட்டு நகர்வதற்காக காத்துக்கொண்டிருந்தான். க்ளீனர் 'கோவா', 'கோவா' என்று கத்திக்கொண்டிருந்தான். எப்படியும் இரண்டொரு வினாடி காத்திருக்கவேண்டும், பையனுக்கு என்ன தோன்றியதோ 'கடப்பா ஜாதா ஹை க்யா?' (கடப்பாவுக்குப் போகுமா?) என்று கேட்டான். க்ளீனர் இது என்ன கேள்வி என்பதைப்போல சிரித்து 'இல்லை' என்றான். பேருந்து புறப்பட்டது. பட் என்று கேனை தெருவிலிருந்து எடுத்துக்கொண்ட பையன் இப்போது புதிய விளையாட்டிற்கு ஒரு மூலக்கரு கிடைத்ததைப்போல அங்கேயே நின்றான். மற்றொரு பேருந்து 'மங்களூர்', 'மங்களூர்' என்று கூவிக்கொண்டே வந்தது. பையன் 'கடப்பா ஜாதா ஹை க்யா?' என்று கத்திக் கேட்டான். அவர் 'இல்லை' என்று சொல்வதற்கு பதிலாக கிழிந்த சட்டையணிந்த பையன் கேட்ட கேள்வியையே கேலி செய்வதுபோல "ஆமா, வர்றயா? காசிருக்கா?' என்று கலகலவென்று சிரித்தார். அதற்கு அவன் 'நஹீ... ஜாவ்' (இல்லை, போ) என்று வேறு எங்கோ பார்க்கத் தொடங்கினான். இப்போது மற்றொரு பேருந்து வந்தது. அவன் அதே கேள்வியின் விளையாட்டை மீண்டும் தொடர்ந்தான். ஆனால் அந்த பேருந்தின் ஓட்டுனர் அவனுடன் கிண்டலோடு ஒரு கேள்வியைக் கேட்டான் 'இங்கே மண்ணு திங்கறயல்ல பையா... உன் அந்தக் கடப்பாவில் என்ன இருக்கு? தங்க அரண்மனையா? என்ன இருக்கு உன் கடப்பாவில்?' என்றான். பேருந்தின் இடது பக்கத்தில் அமர்ந்தவர்களிலிருந்து நடைபாதையில் நிற்பவர்கள்வரை எல்லோரும் அந்தப் பையனையே பார்த்தார்கள். அவன் தனக்கே உரிய மிடுக்கோடு 'மேரா பாப் ஹை... வஹா' (என் அப்பா இருக்கார்... அங்கே) என்று கேனை காலால் தொடர்ந்து உதைத்துக்கொண்டு வேறு திசையில் போய்விட்டான்.

'தெருப் பையனாக இருந்தால் என்ன? உங்கள் எல்லோருக்கும்போல எனக்கும் ஒரு ஊர் இருக்கிறது, அப்பா இருக்கிறார்' என்ற தோரணையில் 'மேரா பாப் ஹை வஹா' என்பதைக் கேட்டு சத்யஜித்தின் உடல் சிலிர்த்தது. எல்லா

58 மகிழம்பூ மணம்

விளையாட்டுகளையும் மீறியதாக இருந்தது அந்தப் பதில். இது பொய்யாக இருந்தாலும் துயரமானதாக இருந்தது. உண்மையானதாக இருந்தாலும் துயரமானதாக இருந்தது. அப்பாவை அவன் என்றோ விடுவித்துவிட்டதுபோல இருந்தது. அவன் அந்தத் தெருவில் உதைத்துக்கொண்டு போகும் சங் சங் கேன்... வரைபடத்தில் எங்கேயோ இருக்கும் கடப்பா... அங்கே எங்கேயாவது இருக்கலாம் என்ற அப்பா... நடமாடும் மக்கள்... அவனுக்கு காசு கொடுத்து ப்ரட் தேநீர் வாங்கி வரச்சொல்லி அவனுக்கும் கொடுக்கும் தெருவோரத்து விலைமாதர்கள்... எதுவும் ஒன்றை விட ஒன்று மாறுபட்டதாக இருக்கவில்லை.

மங்கலான ஒளியில் மெல்லப் படி ஏறி வந்து தன் அறையின் பூட்டைத் திறக்கும்போது மொட்டைமாடிப் பக்கம் பார்த்து சத்யஜித் அதிர்ந்துபோனான். அந்தப் பக்கம் முதுகைக் காட்டிக்கொண்டு மதில் சுவரில் இரண்டு கைகளையும் ஊன்றிக்கொண்டு, கீழே தெருவில் வாகனங்களைப் பார்த்தபடி சஞ்சீவ் சென் நின்றிருந்தார். சத்யஜித் வேகமாக கதவைத் திறந்துவிட்டு பிறகு அவர் அருகில் சென்று குனிந்து பார்த்தான். சிறிய கற்சுவர் மீது தோளை ஊன்றிச் சாய்ந்திருந்த அவர் கண்கள் மூடி இருந்தன. காத்துக்கொண்டு நின்றிருக்கையில் உறங்கிவிட்டார். 'வணக்கம்' என்றதும் உடம்பை உதறியபடி நிமிர்ந்து 'சாரி... சாரி...' என்றார். சத்யஜித் 'உள்ளே புழுக்கம், இங்கேயே உட்காரலாம்' என்று சிறிய ஜமக்காளத்தை எடுத்து வந்து விரித்து, தண்ணீர் கொடுத்தான். துணை நகரங்களிலிருந்து எழுந்து சென்ற வெயில் தூரத்துக் குன்றின் நெற்றியின் ஒரு பகுதியில் இன்னும் இருந்தது.

'நீங்கள் ஃபோன் செய்திருந்தீர்களாம். அதற்குத்தான் உடனே வந்தேன். ஃபோன் செய்திருக்காவிட்டாலும் வந்திருப்பேன். அன்று நான் வந்துபோன பிறகு வீட்டில் ஒரே குழப்பம். உங்களிடம் எல்லாவற்றையும் சொல்லி இருந்தாலும் மகளைப் பற்றிய ஒரு முக்கியமான விவரத்தை சொல்லவில்லை. வேண்டுமென்றே சொல்லவில்லை. ஏனென்றால் உங்களுக்கு அந்தச் செய்தியில் விருப்பம் இல்லாமல் இருந்தால் எதற்காக சும்மா எல்லாவற்றையும் சொல்லி அவள் மதிப்பைக் குறைக்க வேண்டும்? அந்த செய்தியைச் சொல்லவில்லை என்று வீட்டில் சத்தம் போட்டார்கள். ஷாலினி என்னிடம் தகராறு செய்து சாப்பிடவும் இல்லை. அதனால் வந்தேன். செய்தி இவ்வளவுதான். அவளுக்கு ஒரு திருமணம் நடந்து இரண்டே நாளில் முறிந்து விட்டது. வெறும் இரண்டே நாள் திருமணம். அது என்ன திருமணம். அந்த பையன், அவன் குடும்பம் எதுவுமே பிடிக்காமல் ஷாலினியே மூன்றாம் நாள் விலகி வந்துவிட்டாள். இரண்டு நாளின்

அந்த திருமணத்திற்கு என்ன அர்த்தம் இருக்கப் போகிறது? நான் இதைப் பற்றி தலையைக் கெடுத்துக்கொள்ளவில்லை. அதற்கும் மேலாக அது பதினைந்து ஆண்டுகள் பழைய செய்தி. அதற்கு இப்போது என்ன பொருள். இந்த உலகமே வேறு. ஆனால் அதைச் சொல்லாவிட்டால் ஏமாற்றுவது போல ஆகிவிடும் என்று ஷாலினி ஒரே பிடிவாதம் பிடித்தாள். அதை சொல்லிவிட்டுப் போகலாம் என்று வந்தேன்.'

சத்யஜித்துக்கு எதுவும் தோன்றாமல் 'ச்சே . . . ச்சே . . . இத்தனை சிரமம் எதற்கு எடுத்துக்கொண்டீர்கள்' என்று கேட்க முயற்சித்தான். சூழ்நிலை வினோதமாக இருந்தது. 'ஆனால் இந்த விவரம் தெரிந்தது என்பதற்காக அத்தியாயத்தை மூடிவைத்துவிடவேண்டாம். தயவு செய்து அவளை ஒருமுறை பார்த்துவிடுங்கள். பிறகு முடிவு செய்யுங்கள், உங்களுக்குத் தேவையான அவகாசம் எடுத்துக்கொள்ளுங்கள். சந்திக்கும் வாய்ப்பை ஒருதரம் அமைத்துக் கொடுங்கள் . . .' என்றார். மன்றாடிக்கேட்கும் முகத்தைப் பார்த்து சத்யஜித்துக்கு கோபம் வந்தது. வாயைத் திறந்தால் எங்கே கொட்டிவிடுமோ என்று அமைதியாக இருந்தான். அதற்குள் சஞ்சீவ் சென் 'வீட்டில் செய்த சட்னிப் பொடி' என்றபடி பையிலிருந்து சிறிய பொட்டலம் ஒன்றை எடுத்து 'தனியாக இருக்கிறீர்களே... வாங்கிக்கொள்ளுங்கள்' என்று கையில் கொடுத்தார். சத்யஜித்துக்கு மிகவும் குழப்பமாக இருந்தது. அதை வாங்கிக்கொண்டால் ஒருவிதமான சிரமம், வாங்கிக் கொள்ளாவிட்டால் மற்றொரு வகை சிரமம். அந்த சூழ்நிலையில் அது ஒரு சகஜமான பொருளாகத் தெரிந்ததால் வாங்கிக்கொண்டான். 'நான் அறையில் சமைப்பதில்லை. சாப்பிடுவதுவும் வெளியேதான். ஆனாலும் இருக்கட்டும்' என்றான். தற்போதைய விவரங்களால் அவன் முடிவின் மீது எந்தவித தாக்கமும் ஏற்பட்டிருக்காது என்ற குருட்டு நம்பிக்கை யுடன் சென் 'நாளை சர்ச் கேட் ஸ்டேஷனுக்கு வெளியே இருக்கும் சத்கார் ஹோட்டலுக்கு அவளை அழைத்து வருகிறேன். உங்களுக்கும் வசதியாக இருக்கும். அவள் போட்டோக்கள் எல்லாம் பழசு. புதியது இல்லை. எப்படியும் பார்க்கப் போகிறீர்களே . . .' என்று எழுந்து நின்று மாடியிலிருந்து கீழே வாகனங்களைப் பார்த்தார்.

கீழே இரானி ஹோட்டலில் தேநீர் வாங்கிக் கொடுத்து அனுப்புவோம் என்று சத்யஜித்தும் அவருடன் இறங்கினான். சஞ்சீவ் சென் 'வேலையிலிருந்து திரும்பி இருக்கிறீர்கள், ஏதாவது சாப்பிடுங்கள்' என்று தானே விருந்து கொடுப்பவர் போல அழைப்பு விடுத்தார். 'வேண்டாம் வேண்டாம்' என்றான். வரிசையாகப் பதித்திருந்த உயரமான கண்ணாடிகள் இருக்கும்

அந்த இரானி ஹோட்டலில் குறைந்தது நான்கைந்து சென்களும், சத்யஜித்களும் தெரிந்தார்கள். வெளியே வாகனங்கள் பறந்துகொண்டிருந்தன. இருவரும் தேநீர் அருந்தினார்கள். இடையே சென் நம்பிக்கை அளிப்பவரைப்போல கண்களை வைத்துக்கொண்டு 'திருமணம் இரண்டு நாள் பேச்சாக இருந்தது. எந்த அர்த்தத்திலும் அது திருமணமாவே இருக்கவில்லை. அதாவது...' சத்யஜித்துக்கு ஏதோ ஒரு காரணம் கிடைத்ததைப் போல கடவுளே இவர் பேச்சைத் தொடராமல் இருக்கட்டும் என்று அவர் முகத்தைத் தவிர்த்து வேறு திசையிலிருந்த கண்ணாடியைப் பார்க்கும்போது சென் 'தேவை என்றால் அதற்கான மெடிக்கல் சர்டிபிகட் இருக்கிறது... *it clearly says that her virginity is intact*' என்றார். எவ்வளவுதான் பார்வையைத் தவிர்த்தாலும், எப்படிப்பட்ட சத்தத்திலும் அந்த வாக்கியங்களிலிருந்து தப்பித்துக் கொள்ளவே முடியாது. எல்லாக் கண்ணாடிகளிலும் இப்போது சென் தன் சட்டைத் தோளில் உதட்டை துடைத்துக்கொண்டார்.

ஸ்டேஷன் இருக்கும் திசையில் அவர் புறப்பட்டுப் போன பிறகு சத்யஜித் அறைக்குத் திரும்பாமல் துணை நகரின் சந்துகளில் எல்லாம் வேகமாக நடந்தான். முதிய தகப்பன் ஒருவர் நாற்பது வயது மகளின் கற்புக்கு அத்தாட்சியான பேச்சுகளை அறிமுகமில்லாத ஒருவனிடம் பேசவேண்டிய சூழ்நிலையின் கொடுமையைப் பார்த்து அவன் மனத்தில் வெறுமை சூழ்ந்தது. சென்னின் வேதனைபடிந்த தன்னம்பிக்கையும், பழுத்த புருவத்தின் அருகில் இருந்த நரம்புகளும் கண்முன் தோன்றின. அந்த வாக்கியத்தை சென் ஆங்கிலத்தில் மட்டுமே சொல்ல சாத்தியப்பட்டதா? ஒன்று மட்டும் உண்மை. சென் அந்த வார்த்தைகளை கண்டிப்பாக முதல் முறை சொல்வதுபோல இல்லை. அவர் இதை அப்போதே எத்தனையோ அறிமுகமில்லாதவர்களிடம் சொல்லிச் சொல்லி அதைப் பற்றிய அவமான உணர்வையும், வேதனையையும் ஒரு உருவமற்ற தன்மைக்கு மாற்றிக்கொண்டது போல இருந்தது. தேய்ந்து பழுத்த ஜீவன் ஒன்று 'தேவிடியாப் பசங்களா... உங்களுக்கு சர்டிபிகட் தேவைதானே. வாங்கிக்கங்கடா' என்று அமைதியாக முகத்தில் வீசுவதுபோல இருந்தது. பெப்சி கேனை உதைத்துக்கொண்டு 'மேரா பாப் ஹை வஹா' என்று கத்திய பையன் மற்றும் வயிற்றில் பிறந்த மகளின் கன்னித் தன்மையை ஆங்கிலத்தில் உறுதிப்படுத்திவிட்டுப் போன சஞ்சீவ் சென் இருவரும் ஒரே மாதிரி இருந்தார்கள்.

தனிப்பட்ட விஷயங்களை சிறிதும் அறிமுகமற்றவர்களிடம் மட்டுமே சொல்லிக்கொள்ள முடியுமென்கிற சலனமற்ற சலுகை ஒன்று இந்த சந்தை வாழ்க்கையில் இருக்கிறதா? அல்லது இந்த நகரம் ஒருவகையில் யாரையும் அறிமுகமில்லாதவராக

வைக்கவே இல்லையா? உண்மைதானே, இங்கே எல்லோரும் அறிமுகமானவர்கள் தானே. தினமும் பார்க்கும் இலட்சக்கணக்கான முகங்கள் முதல் முறை பார்க்கும் போதும் அறிமுகமான முகம் என்றே தோன்றுகிறது. ஒவ்வொரு முகத்தின் கதையும் தெரியும் என்றே தோன்றுகிறது.

சத்யஜித் சிக்னல் அருகே நின்றான். பக்கத்துப் பூங்காவில் இருள் சூழ்ந்திருந்தது. பெப்சி கேனை உதைத்துக்கொண்டு சென்ற பையனின் நடைபாதை காலியாக இருந்தது. அரை இருட்டில் இப்போது மூக்குத்தி மின்ன சில பெண்கள் சிக்னல் அருகே திரிந்துகொண்டிருந்தார்கள். நின்றிருந்த கார்களுக்கு அருகே தென்பட்டார்கள். இவர்களைக் கண்டுகொள்ளாமல் கார்கள் புறப்பட்டதும் 'ஜாவ் ஜாவ் பீவி கே பாஸ் ஜாவ்' (போ, போ பொண்டாட்டி கிட்டப் போ') என்று பரஸ்பரம் தோளைக் குலுக்கி கெக்கே என்று சிரித்தார்கள். அவர்கள் 'பீவி' வார்த்தையை சொன்ன விதம் வினோதமாக இருந்தது. அவர்களில் ஒருத்தி சத்யஜித் பக்கம் வரத் தொடங்கினாள். சத்யஜித் மெதுவாக முகத்தைத் திருப்பிக்கொண்டு அங்கிருந்து புறப்பட்டதும் அவள் ஓடி வந்து 'பாக்தா கைகோ, அரே டைம் தோ பதாகே ஜாவ்' (எதுக்கு ஓடறே, அட மணி என்னான்னு சொல்லிட்டுப் போ') என்று அவன் கையைப் பிடித்து கைக்கடிகாரத்தை தெரு விளக்குப் பக்கமாகத் திருப்பி மணி பார்த்து 'அரே ஆட் பஜ்கயா' (அட எட்டு மணியாச்சு) என்று சொல்லி, பக்கத்து சுவரில் வரிசையாக ஒட்டி இருந்த சினிமா போஸ்டர்களில் சிரித்துக் கொண்டிருக்கும் காஜோலின் முகத்தை நோக்கி விரலைக் காட்டி 'ஓ தேரி பீவி ஹை க்யா?' (அவ உன் பொண்டாட்டியா?) என்று கேட்டு அலைபோலச் சிரித்து மற்றவர்களையும் சேர்த்துக்கொண்டாள். அவர்கள் எல்லோரும் இப்போது மற்றொரு சிக்னல் பக்கம் ஓடினார்கள்.

அறைப் பக்கம் அடிவைக்கத் தொடங்கிய சத்யஜித்தின் மனத்தில் இப்போது ஷாலினியின் உருவம் 'பீவி' ஒலியுடன் கலந்து வந்தது. ஸ்டேஷனில் இருந்து இறங்கி கலைந்த முடியை ஒழுங்குபடுத்திக் கொண்டே குனிந்து தெரு ஓரத்தில் ஒரு கையில் காய்கறிக் கட்டையும் மற்றொரு கையில் பிஸ்கட்டையும் வாங்கிக்கொண்டு, சோர்ந்துபோன பெண்கள் சத்யஜித்தைப் பின்னால் தள்ளி வீட்டுப்பக்கம் வேகமாக நடந்தார்கள். நூற்றுக்கணக்கான ஆடைகளில் ஒரே உயிர் நடப்பதுபோல இருந்தது. ஒவ்வொருவரும் யாருக்கோ சொந்தமான உடல்களில் நடந்தார்கள். நடையின் பாணியைத் துறந்தால் அவர்கள் மீதிருக்கும் காயத்திற்கு ஏதோ குறை உண்டாகிவிடும் என்பது போல இருந்தது. பலவகை புருவம், மூக்கு, வியர்த்த கழுத்து,

சோர்ந்த முதுகு, பாதம், சப்பட்டையான பூக்களை அடுக்கிக் கொண்டே கூட்டம் ஷாலினியின் பலவகையான பிம்பத்தை உருவாக்கிக் காட்டியது. காணாத காட்டில் உணர்வே இல்லாமல் பாயும் நதியைப்போல ஷாலினி தெரிந்தாள். இரயில் வண்டி களில் கருக்கலைப்பு போஸ்டர்களைப் பார்த்துக்கொண்டே தங்கள் குழந்தைகளுக்கு ஸ்வெட்டர் பின்னும் வீரப்பெண்கள் இவர்கள். தெரு ஓரத்து வரிசையான கண்ணாடி மாளிகைகளில் நடக்கிறார்கள். மற்றொரு துணை நகரத்து கண்ணாடி மாளிகைகளில் இது போலவே நடக்கும் கூட்டத்தில் சஞ்சீவ் சென், மாதவிடாய் நின்றுவிடும் நிலையில் இருக்கும் ஷாலினியின் கற்புக்கு சர்டிபிகட் வைத்துக்கொண்டு நடக்கிறார். சத்யஜித் அருகில் இருந்த தியேட்டருக்குப் போய் நைட் ஷோ பார்க்க உட்கார்ந்துவிட்டான்.

மறுநாள் விடியலிலேயே எழுந்து கீழே இரானி ஹோட்டலில் இருந்து செனுக்கு ஃபோன் செய்தான். 'நான் இன்றே ஷாலினியை சந்திக்க விரும்புகிறேன்' என்று சொன்னதைக் கேட்டு சென் குழப்பிப் போனார். 'மாலை… மாலை பார்க்கலாம்… சர்ச் கேட் சத்காரில் ஆறு மணிக்கு' என்றார். அலுவலகத்து வழியில் நேற்றைய மக்களே சுத்தமாக மணம் பரப்பியபடி புதிதாக ஒருமுனைப்புடன் இரயிலைப் பிடிக்க ஓடினார்கள். கண்ணாடி அலமாரிகளின் மாளிகைகள் இன்னும் திறக்க வில்லை. ஸ்டேஷனுக்கு வெளியே இருந்த சலூன் திறந்திருந்தது. முகச்சவரம் செய்துகொள்ளலாம் என்று நுழைந்தான். பல ஆண்டுகளாக அவன் சுயமாக முகச்சவரம் செய்துகொள்வதை நிறுத்தி இருந்தான். அறையில் இருந்த கண்ணாடியின் தேவையை அவன் கடந்துவிட்டதுபோல இருந்தது. குளித்துவிட்டு தலை வாரி புறப்பட அவனுக்கு கண்ணாடியே தேவை இல்லை. அப்படியே இந்த நகரத்தில், கூட்டத்தோடு கூட்டமாக ஓடும் இலட்சககணக்கான முகங்களுக்கு சொந்தக் கண்ணாடி இருப்பதாகத் தெரியவில்லை. எல்லாம் அதைக் கடந்துவிட்டது போலஇருந்தது. அதுபோலவே அறிமுகமுள்ளதாகவும் தோன்றியது.

நான்கு கண்ணாடிகள் கொண்ட அந்த முடிதிருத்தகத்தில் நான்கைந்து பேர் சுழலும் நாற்காலிகளில் உட்கார்ந்திருந்தார்கள். முடி திருத்திக்கொண்டும், முகச்சவரம் செய்துகொண்டும் பல நிலையில் இருந்தார்கள். கண்ணாடிக்குள் கண்ணாடிகள், பிம்பங்கள், எல்லோரையும் உள்ளடக்கும் எண்ணிக்கையற்ற பிம்பங்களின் இந்த பொதுக்கண்ணாடியும் இந்த நகரத்தின் அறிமுகமற்ற துணையைப்போன்ற ஒன்றே. இங்கே அனைவரும் ஒருவரை ஒருவர் தெரிந்துகொள்ளாமலே அறிமுகமானவர்கள் பல கண்ணாடிகளுக்கு வெளியே ஒரு கண்ணாடி உடைந்தால்

அங்கே ஷாலினி. அவள் ஒரு பொதுக்கண்ணாடியிலிருந்து மற்றொரு பொதுக்கண்ணாடிக்கு நடந்து செல்கிறாள். ஒளிக்கதிர் ஒன்று அவளைப் பின் தொடர்ந்துகொண்டே இருக்கிறது.

மாலை அரை மணி நேரம் முன்பே சத்யஜித் சர்ச்கேட் முன் வந்து சேர்ந்தான். சத்காரின் எதிர் நடைபாதையில் நின்றான். ஸ்டேஷனில் இருந்து அலைபோல வெளியேறும் மக்கள் வெள்ளம் ஒளிகுறைந்த வெயிலில் மின்னியது. சஞ்சீவ் சென் மற்றும் அவரோடு சேர்ந்துவரும் ஷாலினியின் உருவங்களுக்காக எதிர்பார்த்துக் காத்திருந்தான். ஒவ்வொரு பெண்ணும் ஷாலினியாக இருக்கலாமோ என்று தோன்றியது. காத்திருத்தலில் ஒரு மணி நேரம் கடந்துவிட்டது. சத்கார் உள்ளே சென்று வாசலுக்கு அருகேயே உட்கார்ந்து தேநீர் அருந்தினான். அதற்குள் மக்கள் வெள்ளத்தில் இருந்து சென் நீந்திக்கொண்டு வருவது தெரிந்தது. வியப்புடன் நெருங்கினார். பெருமூச்சுவிட்டுக்கொண்டே சத்யஜித் எதிரே அமர்ந்தார். ‘சாரி… சாரி… தாமதமாகிவிட்டது’ என்று தண்ணீர் பருகினார். சத்யஜித் இரண்டு ஜூஸ் சொன்னபோது தலையை வேண்டாம் என்று அசைத்து ‘ஒன்று போதும்… ஒன்று. எனக்கு எதுவும் வேண்டாம். நான் ஒருவனே வந்தேன்’ என்றார். ஷாலினி வரவில்லை என்பது முழுமையாக உறுதியானதும் சத்யஜித்துக்கு துணிவு வந்தது போலானது. தண்ணீர் அருந்தியதும் சென் ‘மன்னிக்கவும் சத்யஜித் பாபு… உங்களுக்கு தொந்தரவு கொடுத்துவிட்டேன். உங்களுக்கு முகத்தைக் காட்டும் துணிவை கடவுள்தான் கொடுத்தார். ஷாலினி நேற்று மாலையில் இருந்து வீட்டுக்கு வரவில்லை. பாருங்க எவ்வளவு திமிர்… சுத்தத் திமிர்… அவளுக்காக நான் பூனையைப்போல ஊர் சுற்றுவது… உங்களைப்போல நல்லவர்களின் நாளைப் பாழடிப்பது பிறகு இவள் சொல்லாமல் கொள்ளாமல் வீட்டிலிருந்து காணாமல் போவது…” வெளிறிய உதடுகளுடன் சொல்லி முடித்து சத்யஜித்தின் கைகளை இரண்டு கைகளாலும் பற்றிக்கொண்டார். ‘இரவு முழுக்க எங்களுக்கு உறக்கமில்லை நாங்கள். காலையில் இருந்து காத்திருந்தோம். ஐந்து மணிவரை வீட்டிலேயே இருந்தேன். வந்திருந்தால் இரண்டு அறை அறைந்து தர தர என்று இழுத்து வந்திருப்பேன்.’ என்றபோது ஜூஸ் வந்தது. சத்யஜித்துக்கு எதுவும் தோன்றாமல் ‘குடியுங்கள்’ என்றான். இருவரும் பேசாமல் ஜூஸ் குடித்தார்கள். சத்யஜித் பில் கொடுக்கும்போது, ஸ்ட்ராவால் உறிஞ்சிக்கொண்டே கண்களை அகலமாக்கி வேண்டாம் வேண்டாம் என்பதைப்போல அசைத்தார். அந்த தோற்றுப்போன அப்பாவை எப்படி ஆறுதல் படுத்துவது. எப்படி அவருக்கு தைரியத்தைக் கொடுப்பது என ஒன்றும் தெரியாமல் சத்யஜித் அமைதியாக வெளியே பார்த்தான்.

இணைத்துவைக்கும் வாய்ப்பு ஒன்று தவறிவிட்டதே என்னும் வேதனை அவரை மிகவும் நலிவுற வைத்தது.

'கவலைப் படவேண்டாம்... எல்லாம் சரியாகும்' என்று சத்யஜித் எழுந்து நின்றான். இருவரும் அமைதியாக வெளியே வந்து நின்றார்கள். அலுவலகம் விட்டு மக்கள் வெள்ளம் சர்ச் கேட்டுக்குள் நுழைந்தது. பருகிக்கொண்டே ஓடியவர்கள் பெப்சியின் காலிக் கேனை ஒரு பெரிய உருண்டை வடிவத்து தொட்டியில் எறிந்துவிட்டுப் இரயிலைப் பிடித்தார்கள். உடனே அந்த தொட்டியைச் சுற்றி பிள்ளைகள் வந்து மொய்ப்பார்கள். நொடியில் மறைந்துபோவார்கள். 'அதிகக் கூட்டமாக இருக்கிறது. வாங்க இரயிலில் ஏற்றிவிடுகிறேன்' என்ற சத்யஜித்தை 'வேண்டாம்... எனக்கு இங்கே அருகில் வேலை இருக்கிறது, முடித்துவிட்டுப் போகிறேன்' என்று சென் புறப்பட்டார். ஒரு கணத்தில் கூட்டத்தில் கரைந்துபோக இருந்தவர் ஏதோ தோன்றியதுபோல திரும்பி வந்து கையைப் பற்றிக்கொண்டு 'நீங்கள் இல்லை என்று சொல்லக்கூடாது... தயவு செய்து மறுக்கக்கூடாது... இன்றைய ஜூஸ் செலவை நான் கொடுக்கிறேன். இல்லை என்றால் எனக்குப் பைத்தியமே பிடித்துவிடும். தயவு செய்து' என்று தன் ஜிப்பா பைக்குள் இரண்டு முறை கைவிட்டு எடுத்து எண்ணி முப்பது ரூபாய்களை மடித்து சத்யஜித்தின் பையில் வைத்தார். 'இன்று நடந்ததை மனதில் வைத்துக் கொள்ளவேண்டாம். எல்லாம் நன்றாக நடந்தால்... ஒருவேளை அவள் திரும்பி வந்தால்... ஒருநாள் அவளை சம்மதிக்கவைத்து அழைத்து வருகிறேன். வேண்டாம் என்று சொல்ல வேண்டாம். நடந்ததை தயவு செய்து யாரிடமும் சொல்லவேண்டாம்...' என்று சப்வே பக்கம் அடி எடுத்துவைத்தார். மக்கள் இல்லாத கட்டிடத்து சன்னல்கள் எல்லாம் மாலை சிவப்பிற்கு கண்ணாடிகளாகின. பக்கத்து தியேட்டரில் பெரிய பேனர் ஒன்றை கயிறு கட்டி மேலே ஏற்றிக் கொண்டிருந்தார்கள். சத்யஜித் தலையை நிமிர்த்தி அதைப் பார்த்துக்கொண்டிருந்தான்.

○○○

தூஃபான் மெயில்

“மா என்னை விடியற்காலையிலேயே எழுப்பி விடுவாள். சத்தமில்லாமல் முகம் அலம்பிவிடுவாள். பிறகு குடிசையின் கதவைச் சாத்தி இருட்டிலேயே பூட்டி விட்டு, என்னுடைய செருப்புக்களையும், அவளுடைய பிளாஸ்டிக் செருப்புகளையும் கையில் பிடித்துக்கொண்டு தேலிகல்லியின் முக்குவரை சத்தமில்லாமல் நடந்து, பிரதான சாலை கூடும் இடத்தில் நின்று செருப்பைப் போட்டுக்கொண்டு அகலமாக அடிஎடுத்து வைத்து பக்கத்திலிருந்த அந்தேரி ஸ்டேஷனுக்கு ஓடுவோம். அங்கே டிக்கட் வாங்கி முதல் லோக்கலைப் பிடித்து தைசர் ஸ்டேஷனில் இறங்குவோம். நான் அப்பாவைப் பார்க்கவிருக்கும் குழப்பமான மகிழ்ச்சியில் இருப்பேன். மா மட்டும் நான் பேசாமல் இருந்தாலும் இஷ் இஷ் என்று என்னை அமைதிப்படுத்துவாள். அவளுடைய இந்த இஷ் இஷ்களைக் கேட்டு அமைதியடைந்ததுபோல முழு உலகமே அந்த விடியலில் நிசப்தமாக இருக்கும். மற்றும் அந்த நிசப்தத்தில் இஷ் இஷ் இன்னும் அதிக உரத்த குரலில் கேட்கும். விடியற்காலை நாலே கால் ஆகத் தொடங்கியதும் இருவரும் துணிவை இழப்போம். ஏனென்றால் இன்னும் சிறிது நேரத்தில் வடக்கே இருந்து வரும் தூஃபான் மெயில் அம்பு வேகத்தில் வரும். அந்த ஆள் அரவமற்ற நிலையத்தின் குப்பை தூசிகளை எல்லாம் புயல் போல எழுப்பி சர்ரென்று அரை நிமிடத்தில் தாண்டிப் போய்விடும். இங்கே

நிற்பதில்லை. ஆனால் அதில் இருந்து என் அப்பா குதிப்பார். சும்மா குதிப்பதில்லை. வயிற்றில் ஒரு பொட்டணத்தைக் கட்டிக்கொண்டு உயிரைப் பிடித்துக்கொண்டு உருண்டு ஏதேதோ வடிவங்களில் விழுந்து தூஃபான் மெயில் எழுப்பிய தூசியின் படலம் தணிவதற்குள் எழுந்து நொண்டிக்கொண்டே கையில் இருக்கும் பையை எங்கள் பக்கமாக வீசி வயிற்றில் கட்டிய பொட்டணத்துடன், பிளாட்பாரத்தின் கடைசியில் காத்திருக்கும் இருவருடன் சேர்ந்து வெளியே போய்விடுவார். அந்த ஒரே வினாடிதான் நாங்கள் இருவரும் அவரைப் பார்த்திருப்போம். அவர் விழும்போது நாங்கள் அருகே ஓடக்கூடாது. தூரத்தில் தூஃபான் மெயிலின் பின்புறத்து சிகப்பு விளக்கு மெல்ல மறைவதற்குள் அவர் தவழ்ந்துகொண்டே எழுந்து பையை எங்களிடம் வீசிவிட்டு, ஒரு மாதிரி எங்கள் இருவரையும் பார்த்துக் கைவீசியபடி மறைந்துவிடும்வரை நாங்கள் சிலைபோல நின்று பார்த்துக்கொண்டே இருப்போம். பிறகு மா ஓடிப்போய் பையை எடுத்து வருவாள். நான் வாயைத் திறந்தால் இஷ் இஷ் என்பாள். நாங்கள் வீடு சேரும்போதுதான் தேலிகல்லி எழுந்திருக்கும். கதவைத் திறந்து வேகவேகமாக பையிலிருந்து மா புதிய துணி, பலகாரம், தகடுகளாலான விளயாட்டு சாமான்களை எடுப்பாள். பிளாஸ்டிக்கில் சுற்றி நூலால் கட்டிய பணமும் இருக்கும். அதை உடனே பெட்டியில் வைப்பாள். பிறகு எப்போது எண்ணுவாளோ என்னவோ. மகிழ்ச்சியானாலும் மகிழ்ச்சியில்லாததுபோல இருப்பாள். அக்கம் பக்கத்தாரிடமிருந்து எதையோ மறைப்பதுபோல இருக்கும். அப்பா எதற்கு வீட்டிற்கு வருவதில்லை? அவர் மார்போடு அணைத்துக்கொண்டிருந்த பொட்டலம் என்ன? அவர் யாருடன் போனார்? அவர் தூஃபான் மெயில் நிற்கும் தாதரில் மற்ற பயணிகளுடன் இறங்காமல், இந்த ஆள்நடமாட்டமற்ற தைசர் ஸ்டேஷனில் மட்டுமே எதற்காக இப்படி அபாயகரமான விதத்தில் குதிக்க வேண்டும்? இப்படியான கேள்விகளை மா வெறும் இஷ் இஷ்களாலேயே சமாளிப்பாள். அந்த அரை நொடியில் எங்கள் பக்கம் பார்த்து நொண்டிக்கொண்டே எழுந்து கைவீசித் தவழும் அப்பாவின் முகம் பல காலம் மங்காமல் மனதில் பதிந்து நிற்கும். அந்த முகத்தில் சிரிப்பே இல்லை என்பதை நினைத்தால் அச்சமெழும். இப்படி நேரங்கெட்ட நேரத்தில் ஆறேழு தடவை பாதிக் கனவைப்போல தெரியும் அப்பா வீட்டிற்கு மறுபடி என்றும் வரவே இல்லை. கண்ணுக்கு அப்பால் அவர் இல்லாமல் போனார். வாரம் ஒரு முறை குறிப்பிட்ட நாளில் போகும் மா பிறகு ஒவ்வொரு வாரமும் தனியாகப் போய் வெறும் கையுடன் திரும்புவாள். மணங்கு பாரத்தின் உலோகத்து தூஃபான் மெயில், அம்புவேகத்தில் தூசியின் சுழல்காற்றை வீசிப் போகும்.

அதிலிருந்து எந்த உருவமும் வெளியே குதிக்கவில்லை. கடைசியாக இரயிலிலிருந்து பையாவது வெளியே வீசப்பட்டிருக்கிறதா என்பதைப்போல பிளாட்பாரம் முழுவதையும் பார்த்து வருவாளாம். ஆண்டுக் கணக்கில் காத்துக் காத்து அவளும் இல்லாமல் போனாள். ஆனால் தூஃபான் மெயில் மட்டும் இரகசியமாக விடியலைக் கிழித்துக்கொண்டு போய்க்கொண்டே இருந்தது. ஒரு நாள் முன்னா என்றிருந்த என் பெயரை தூஃபான் என்று மாற்றிக்கொண்டேன். அதன் வழியாக என் விடிகாலை உலகத்தின் பெரிய சாகசக்கார அப்பாவும் பயமில்லாமல் என்னை வளர்த்த மாவும் இருவரும் என்னுடன் இருக்கிறார்கள் என்று தோன்றும்" என்று கரையிலிருந்து பத்துப்பதினாறு அடி தொலைவில் இருந்த பெரிய கண்ணாடிகளின் சிறிய செட் ஒன்றை அமைத்துக்கொண்டிருந்த யூனிட் பையன்களிடம் பேசிக்கொண்டிருந்த ஸ்டண்ட் கலைஞன் தூஃபான், ஒரு கணம் பேச்சை நிறுத்தினான். ஆர்வத்துடன் கேட்டுக்கொண்டிருந்த மதுவந்தி அவன் முகத்தைப் பார்க்காமல் அவளும் அந்தப் படகைப் பார்த்துக்கொண்டிருந்தாள்.

குலாபாவின் பழைய பாழடைந்த மில் காம்பௌண்டில் கடற்கரையில் சண்டைக் காட்சியின் படப்பிடிப்பு நடந்து கொண்டிருந்தால்,மற்றொரு பகுதியில் குழுவின் நடனக்காட்சியின் படபிடிப்பு நடக்கும். நாட்டியக் குழுவில் ஒருத்தியாக இருந்த மதுவந்திக்கு பயிற்சிக்கு இடையே,தூபானின் பைக் தாவுதல் மற்றும் கிளாஸ் பிரேக் இருக்கிறது என்று தெரிந்ததும் ஓடிவந்திருந்தாள். ஆறேழு ஆண்டுகளுக்கு முன்பு அவளுக்கும் ஃபைட்டர் பலதேவிற்கும் நடைபெற்ற காதல் திருமணத்திற்கு முக்கிய ஒத்துழைப்புக் கொடுத்தவனே தூஃபான். அதனால் படப்பிடிப்புத் தருணங்களில் இப்படி எதிர்பாராமல் ஒரே லொகேஷனில் இருப்பதுபோன்ற வாய்ப்பு அமையும் போதெல்லாம் அவனைச் சந்தித்து தன் குடும்பத்தின் சுகதுக்கங்களைச் சொல்லிவிட்டுச் செல்வதுண்டு. அதுபோல இன்றும் ஏதோ முக்கியமானதைச் சொல்லவேண்டும் என்று வந்தவள் இன்றைய கிளாஸ் பிரேக் காட்சியின் படப்பிடிப்பு என்று தெரிந்ததும் சற்றே தயங்கினாள். ஏனென்றால் சாமானியமாக கிளாஸ் பிரேக் காட்சி என்றால் ஆள் உயரத்துக் கண்ணாடி வழியாக பைக்கிலிருந்து தாண்டுவதாகும். தூஃபான் சமீப ஆண்டுகளில் கிளாஸ் பிரேக் திறமைசாலி என்று பெயர் எடுத்திருந்தான்.இன்றைய காட்சியில் அவன் படகிலிருந்தே பைக்கை ஓட்டிக்கொண்டு வந்து அங்கே இருக்கும் சிறிய கிளாஸ் செட்டின் கண்ணாடியை உடைத்துத் தாவி பத்தடி கடலைத் தாண்டி கரையில் பைக்குடன் லேண்ட் ஆகவேண்டும். படகுக்கும் கரைக்கும் இடையே அலைகளை எழுப்பிக் கொண்டிருந்த கடல் குழப்பத்தை எழுப்பியது. அதனால்

எதையோ சொல்ல வந்தவள் தயக்கத்தோடு நின்றபோது தூஃபான் தானாக முன்வந்து "என்ன மது, ஒவ்வொரு தடவையும் எனக்கு தூஃபான்னு எப்படி பேர் வந்ததுன்னு கேட்பயே, இப்ப சொல்றேன் கேளு" என்று, என்றும் பேசாதவன் போல, இப்போது விட்டால் பிறகு எப்போதும் நேரம் கிடைக்காதவன் போல, மறைத்து வைத்திருந்த காயத்தைப் போல இருந்த தூஃபான் மெயில் சங்கதியைச் சொல்லி முடித்தான். அப்போதே தோள், தொடை, முதுகு எல்லாப் பக்கமும் பாதுகாப்புக் கவசம் அணிந்துகொண்டு யந்திர மனிதனைப்போல உட்கார்ந்திருந்த தூஃபான் – தன் கதைக்கு எப்படி எதிர்வினை செய்யவேண்டுமோ என்று தெரியாமல் அதிர்ந்து குழம்பியிருந்த மதுவந்தியிடம் 'போ போ... டான்ஸ் மாஸ்டர் விசில் ஊதறார் பாரு. உங்கள் ஹீரோயின் வரும்வரை ஒன் டூ த்ரீ ஃபோர் ஒன் டூ த்ரீ ஃபோர்... என்று ட்ரில் செய்துகொண்டே இரு. போ போ" என்று சிரித்துக்கொண்டே முதுகைத் தட்டினான். "உன் தோஸ்த் பலதேவ் என் உயிரை வாங்கறான். அதை எல்லாம் பிறகு சொல்கிறேன். சுனில் ஷெட்டி படங்கள் எல்லாம் ஊத்திக்கிட்டு இருக்கே. தற்போது எல்லா காதல் கதைகளும் இப்படித்தான். ஃபைட்டிங் இருப்பதே குறைவு. இப்படி இருக்க வேலை வந்தாலும் இல்லை செய்ய முடியாது என்கிறான். இன்ஷ்யூரன்ஸ் கிடையாது. மெடிக்கல் இல்லை. சும்மா எதுக்கு உயிரைப் பணயம் வைக்கிறதுன்னு வீட்டிலேயே உட்கார்ந்திருக்கான். இருக்கட்டும் பிறகு சொல்றேன்" என்றாள். 'லஞ்சில் நான் வெஜ் எடுத்துக்க, ஹா? நீ சாப்பிடமாட்டாய் தெரியும். ஆனால் நான் பேக் செய்துகொண்டு போகிறேன், சோனிக்கு யூனிட்டின் நான் வெஜ் என்றால் உயிர்" – என்று எழுந்து நின்றாள்.

எழுந்து நின்றபோது ராஜஸ்தானி காக்ரா சோளியில் அவள் வயிறு பெரிதாக இருப்பதைக் கண்டு "என்னடி, பிரொடக்ஷன் நம்பர் டூவா? ஃபைட்டிங் விட்டு பலதேவ் வீட்டில பெட்ரூம் சீன் ஆரம்பிச்சுட்டானா?" என்றான். தூஃபானைக் கையால் குத்தி "தூ, வேற வேலை இல்லையா உனக்கு? இருக்கற ஒரு குட்டியை வளக்கறதுக்கு இந்த நடுவயசில இந்த வெயிலில இப்படி பகல் வேஷம் போட்டுக்கிட்டு தினம் ஒரு சொல்லுக்கு நூறு தடவை குண்டிய ஆட்டிக்கிட்டு இருக்கேன்" என்று சிரித்து "எதுவரைக்கும் ஆட்டமுடியுமோ அதுவரைக்கும் நடக்கட்டும், ஊட்டி கீட்டின்னு அவுட் டோர் இருந்தாலும் இப்ப நான் ரெடி. பலதேவ் வீட்டைப் பாத்துக்கட்டும். சோனியை இங்கிலீஷ் மீடியத்தில போடணும் . . ." என்று தாவிக்கொண்டே இறங்கி மதுவந்தி நாட்டிய பீல்டுக்கு ஓடினாள். அவளுடைய தேவையற்ற தாவுதலில் தன் வயதைக் குறைத்துக் காட்டவும், நாட்டியத் தொழிலில் நிலைத்து நிற்கவும் ஒரு நிராசையான முயற்சியை மேற்கொண்டது

போலத்தோன்றி தூஃபானுக்கு வருத்தம் ஏற்பட்டது. வேகமாக ஓடிய மதுவந்தி டான்ஸ் மாஸ்டர் சீட்டியொலிக்கு ஆடிக்கொண்டிருந்த ஐம்பது நாட்டியக்காரிகளின் வரிசையில் சேர்ந்துகொண்டாள்.

தனது ஷாட்டுக்கு முன்பு ஒரு எலுமிச்சை சோடா குடிக்கும் பழக்கம் இருந்த தூஃபானிடம் யூனிட் பையன் "பாஸ், சோடா உடைக்கட்டுமா?" என்றான். "வேண்டாம் கொஞ்சம் பொறு" என்றான். தூஃபானின் காதுகளில் மேக்கப் மகாலே "தூஃபான், கிளாஸ் ப்ரேக்குக்கு எவ்வளவு பேசி இருக்கே. எப்போதும்போல வெறும் இருபது ஆயிரமா? இது வெறும் கிளாஸ் ப்ரேக் இல்லப்பா, தண்ணி மேலே இருந்து ஜம்பும் இருக்கல்ல. டபுள் கேக்கணும் நீ. ஏதாவது ஏறக்குறைய நடந்தா இருபது ஆயிரத்தையும் ஆஸ்பத்திரிக்கு கொடுப்பதானே? பிறகு பேண்டேஜ் போட்டுக்கிட்டு பிளாஸ்டர் போட்டுக்கிட்டு வாரக் கணக்கா ஆஸ்பத்திரி பிரட்டை தின்னுக்கிட்டு கிடப்ப. கேளு. டபுள் கேளு. உன்னைவிட்டா கிளாஸ் பிரேக்குக்கு வேற யாரும் கெடைக்கமாட்டாங்க, கேளு. முப்பதாவது கேளு. சரியா..." என்று உசுப்பிவிட்டபோது கோபத்துடன் தூஃபான் "சுப்ரே, தலையைத் திங்கவேண்டாம். நான் என்ன உடம்பைத் தொட்டதும் ரேட்டை ஏத்தற கெனடி பிரிட்ஜ் பொம்பளைன்னு நினைக்கிறாயா? பேச்சுன்னா பேச்சுத்தான். அவ்வளவு நேர்மைகூட இல்லைன்னா எப்படி?" என்று இரண்டு கைகளையும் காற்றில் வட்டமாக சுற்றிக் கொண்டே தோள் தசைகளைத் தளர்வாக்கிக்கொண்டான்.

மகாலே சொன்னதில் மிகை ஒன்றும் இருக்கவில்லை. ஒவ்வொரு கிளாஸ் பிரேக்குக்குப் பிறகும் ஆம்புலன்ஸ், ஸ்ட்ரெச்சர், காயம், மருத்துவமனை, என்று படுக்கும் காலம் நிச்சயமாக இருக்கும். 'பாத்ஷா'வில் ஷாருக்கானின் டூப்பாக நடித்தபோது எலும்பை முறித்துக்கொண்டு, தேலிகல்லியில் படுத்திருந்த தூஃபானின் நலம் விசாரிக்க ஒரு நடு இரவில், ஷாருக்கான் மாறுவேடத்து ராஜாவைப்போல சத்தமில்லாமல் வந்து போனதைத் தவிர அந்தத் தொழிலில் யாரும் அவனைக் கண்டுகொள்ளவே இல்லை. இந்த லைனின் சிறப்பே அது. ஒரு அற்புதமான கிளாஸ் பிரேக், பிறகு அஞ்ஞாதவாசம். உண்மையான மகிழ்ச்சி எது என்று தூஃபான் திரும்பத் திரும்ப யோசித்தது உண்டு. இந்த பைக் ஸ்டண்டில் உண்மையான மகிழ்ச்சி எங்கே இருக்கிறது? ஷாட்டுக்கு முன்பு மனத்தை சூழ்ந்துகொள்ளும் வினோதமான வெறுமை இருக்கிறதே அதுவா? இல்லை பிறகு மனம் லேசாவதா? அல்லது சிந்தனையே இல்லாமல் நடந்துவிடும் ஸ்டண்டின் அந்த நொடியா? ஆனால் மதுவந்தியின் கணவன் ஃபைட்டர் பலதேவனின் கருத்தே வேறு. அவன் எண்ணப்படி

தப்பித்துப் பிழைப்பதே உண்மையான மகிழ்ச்சி! தப்பித்தோம் என்பதை மனது அறியும் முன்பே தேகத்துக்குத் தெரிந்துவிடுகிறதே, அது, அதுதான் உண்மையான மகிழ்ச்சி என்கிறான். அவன் அப்படி சொல்லும்போதெல்லாம் தூஃபான் மெயில் என்மீது பாய்ந்துபோவதுபோலத் தோன்றும். அது கண்ணிலிருந்து மறைவதற்குள், தன் கடமையிலிருந்து துளியும் நழுவாத பெருமையுடன் விழுந்த இடத்திலிருந்து தவழ்ந்துகொண்டே எழும் அப்பாவின் உருவம் மெல்லத் தோன்றும்.

படகுக்கும் கரைக்கும் நடுவிலிருந்த இடைவெளியை கண்கொட்டாமல் பார்த்துக்கொண்டிருந்த தூஃபானின் கவனத்தை மாற்றும் வகையில் தொலைவில் சண்டைச் சத்தம் கேட்டது. திரும்பிப் பார்த்தால் நாட்டிய பீல்டிலிருந்து மதுவந்தி உரக்கக் கத்திக்கொண்டு காட்சி ஒன்றின் பயிற்சியைப்போல இந்தப் பக்கமாக ஓடி வந்துகொண்டிருந்தாள். அவளைத் துரத்தியபடி, எதையோ உரக்கக் கூவியவாறு ஒருவன் வந்தான். இது என்ன காட்சி என்று ஆர்வத்துடன் மக்கள் அவரவர் வேலைகளை விட்டுவிட்டு இவர்கள் பின்னாலே வேடிக்கை பார்ப்பவர்கள் போல கூட்டமாக ஓடிவந்தார்கள். அட அவன் பலதேவன் அல்லவா? ரிஸ்க்கே வேண்டாம் என்று சோம்பேறியாக வீட்டில் இருந்தவன், இங்கே எதற்கு வந்தான்? இது என்ன தகராறைத் தொடங்கி இருக்கிறான். கணவன் மனைவியின் இந்த வெளிப்படையான நாடகம் தன் பக்கமாக வருகிறதே என்று எழுந்து நிற்பதற்குள் பின் தொடர்ந்து ஓடிவந்த பார்வையாளர்களின் கூட்டத்திற்கு எதிரே பெருமூச்சு விட்டபடி இருவரும் நின்றுவிட்டார்கள்.

“சொல்லு, சொல்லு, பேச்சு எடுத்தா தூஃபானிடம் சொல்றேன்னு சொல்லுவயால்ல. என்னத்த சொல்றயோ சொல்லு. இங்கேயே என் முன்னாடியே எல்லாம் நடக்கட்டும்,” என்று கத்திக்கொண்டே பலதேவன் ஒரு கையால் “பேசு” என்பதைப்போல அவளைத் தள்ளிவிட்டான். இயந்திர மனிதன் ஆடையில் வினோதமாக நின்றிருந்த தூஃபான் “அட... அட... இஷ் இஷ் மெல்ல, என்ன இது வேடிக்கை எல்லார் முன்னாடியும்... இஷ் இஷ்” என்று இரண்டு கைகளாலும் குரலைத் தாழ்த்தும்படி சொல்லி, கூடியிருந்தவர்களிடம் “நான் பார்த்துக்கொள்கிறேன், நீங்கள் எல்லாம் உங்கள் வேலைக்குப் போங்க” என்பதைப்போல புருவத்தை அசைத்தான்.

பலதேவன் அவர்கள் அனைவரும் கலைந்து போவதற்கும்கூட காத்திருக்காமல் மதுவந்தியை “சொல், சொல்” என்று உலுக்கினான். மதுவந்தி “தூஃபான், தினமும் வீட்டில் என் உயிரை வாங்கிட்டு இருந்தவன் இப்பப் பாரு, எப்படி இங்க வந்து

யூனிட்காரங்க முன்னாடி என்னை அவமானப்படுத்தறான். வார்த்தைக்கு வார்த்தை பேஷரம், மானங்கெட்டவளேன்னு கத்தறத கேட்டுக்கிட்டே வந்திருக்கேன். ஆனா நேத்து, நேத்து ராத்திரி என்ன ஆச்சு தெரியுமா என் ஐஞ்சு வயசு சோனி 'மம்மி ஷரம் (வெட்கம்) அப்படீன்னா என்ன? உனக்கு எதுக்கு ஷரம் இல்லை?' ன்னு கேட்டா தெரியுமா? அவளுக்கு நான் என்ன பதில் சொல்லமுடியும்? அவளுக்கு முன்னாடி என்னை ... இப்படி ...” – என்று தேம்பத் தொடங்கினாள். இதற்காகவே காத்திருந்தவன் போல பலதேவன் “இதைத்தான் ... இதைத்தான் ... சொன்னது. பாரு தூஃபான் எப்படி எல்லார் முன்னாடியும் பேஷரம் போல அழுவறா பாரு. வெக்கங்கறதே கிடையாது. இதான் ... இதான் ...” என்று மெல்லிய குரலில் சொன்னபடி பல்லைக் கடித்தான். தூஃபான் “பஸ் சுப்” (போதும் வாயை மூடு) என்றதும் அவளுடைய அழுகை மற்றும் அவனுடைய அட்டகாசம் இரண்டும் ஒரே சமயத்தில் குறைந்தன.

மதுவந்தி இப்போது தெளிவாகப் பேசத் தொடங்கினாள். “சாரி தூஃபான், உனக்கு உனக்கு வாழ்வா சாவாங்கற மாதிரி இந்த ஜம்ப் இருக்கு. இப்ப உன் தலையைக் கெடுக்கக்கூடாது நாங்க. ஆனா இந்த முட்டாள் என் டான்ஸ் ரிகர்சலை அங்கே மறைவா உக்காந்து பார்த்துக்கிட்டு இருந்தான். சொல்லு, நான் என்ன திருட்டுத்தனமா பண்ணறேன் இங்கே? அவன் இப்படி திருட்டுத்தனமா என்னை கண்காணிக்க? ச்சே...இப்ப வேண்டாம் பலதேவ், பிறகு பேசலாம், கிளாஸ் ப்ரேக் முடியட்டும். ப்ளீஸ் ...” இதைச் சொல்லிவிட்டுத் திரும்பிப் போக தயாரானாள். பலதேவன் “போதும் நில்லுடி” என்றதும் நின்றுவிட்டாள். “தூஃபான் உனக்குத் தெரியாது. தினமும் என் முன்னாடி இவள் நாடகம் ஆடறா. நான் இவளைத் தொட்டு பக்கத்தில இழுத்தா வெட்கப்படற மாதிரி நடிக்கறா. எப்படி வெட்கப்படற மாதிரி நடிக்கறான்னா, சினிமாவில முதல் இரவில தலை மேல இருக்கற முந்தானையை ஹீரோ விலக்கும்போது ஹீரோயின் கண்ணை மூடிக்குவாளே அப்படி. பொய், எல்லாமே பொய். எனக்கு ஒண்ணுமே தெரியாதுன்னு நினைச்சுக்கிட்டு இருக்காளா. பொய் வெட்கம் அது. ஹீரோயின் ஆகணும்ங்கிற கனவு அது. திரும்பத் திரும்ப அந்த காட்சியையே நடிக்கறா. ஹீரோயின் ஆகற வாய்ப்பு இவ தலையில எழுதல. மூணு காசுக்கு எக்ஸ்ட்ராவா ஆகியிருக்கா. புருஷன் கண்ணுல மண்ணைத் தூவறா. வெட்கப்படறா ...” மதுவந்தி இரண்டு கைகளாலும் முகத்தை மூடிக்கொண்டு உட்கார்ந்தாள். அவளைப் பார்ப்பது இருக்கட்டும், அங்கே கண் திறந்து பார்ப்பதும் தன் மனத்தை உடைத்துவிடுமென்று தூஃபான் நிசப்தமான ஆள் அரவமற்ற படகுகளின் பக்கமாகப் பார்த்தான். அதையும் தவிர்த்து தன் காலில் இருக்கும்

உலோகத்து மிதியடிகளின் நட் போல்ட்டை தடவிக்கொடுத்து இறுக்கமாக்கினான். தனிப்பட்ட சங்கடங்களை வெளிப்படையாக சொல்லிக்கொண்டே உறுதிப்படுத்திக்கொண்டிருந்த பலதேவனின் ஆவேசத்தை மெல்ல மென்மைப்படுத்தும் மௌனம் அங்கே நிலவியது. அந்த மௌனத்தின் மீதான பிடி எங்கே தளர்ந்துவிடுமோ என்பதைப்போல மறுபடியும் வாயைத் திறந்தான்.

"அப்போதிருந்து இங்கே பார்த்துக் கொண்டிருக்கிறேன், அந்த குண்டு டான்ஸ் மாஸ்டர் ரிபீட் என்று சீட்டி அடிக்கும் போதெல்லாம் எல்லார் முன்னாடியும் துப்பட்டா இல்லாத மார்பை முன்னும் பின்னும் வேகமாக குலுக்கிக்கிட்டு இருந்தா. ஸ்டாப் ன்னு சொல்றப்ப நிறுத்தறது. மறுபடியும் சீட்டி அடித்ததும் பிறகு ஒன் டூ த்ரீ ஃபோர் மார்பைக் குலுக்குவது, 'இன்னும் வேகமாக' ன்னு குண்டச்சி சொன்னதும் மூச்சை இழுத்துவிட்டு விட்டு வேகமாக குலுக்கறது."

சகிக்கமுடியாமல் மதுவந்தி முகத்தை மூடிக்கொண்டு "ச்சீ" என்று கையை எடுத்து, அவனை நேருக்கு நேர் பார்த்தபடி "என் தொழில் அது. தொழில்" என்று கத்தினாள்.

"அப்படீன்னா வீட்டில எதுக்கு வெட்கப்படற, வேணு முன்னே, பொய்யா?" என்று சொல்ல முற்பட்ட பலதேவனுக்கு திடீர் என்று சொல்ல விரும்பியதை சொல்லவே முடிய வில்லையே என்ற இயலாமை பொங்கி வந்து, வாயை மூடி இரண்டு கைகளாலும் ஏதோ சைகை செய்து அதுவும் முடியாமல் துயரம் பொங்கி வந்து திணறத் தொடங்கினான். "ஏ... ஏ... பலதேவ்... பலதேவ்... நீ ஃபைட்டர், இப்படி உணர்ச்சிவசப்பட்டா எப்படி டா... ச்சீ" – என்ற தூஃபானின் உலோக கவசத்தின் மேல் சாய்ந்து பலதேவன் அழுதான். லைட் பாய்ஸ் அனைவரும் "பலதேவன் அழுகிறான்... பலதேவன் அழுகிறான்" என்று கூவிக்கொண்டே வந்தார்கள். ஒருவகையான வெளிறிய சிரிப்போடு மதுவந்தி "பொண்டாட்டியை திருட்டுத்தனமா கண்காணிக்க வந்திருக்கான். ஆம்பளையாம் ஆம்பளை. எப்படி அழறான் பாரு மீனாகுமாரி மாதிரி" என்று முணுமுணுத்துக்கொண்டே பலதேவனின் காதருகே சென்று "பப்ளிக்கிலாவது வெட்கப்படு" என்று கிசுகிசுத்துக் கத்தியபடி அவனை தூஃபானின் அணைப்பிலிருந்து விலக்கினாள்.

நான்கு பேர் வந்து பலதேவனை சமாதானப்படுத்தி கேன்டீன் பக்கமாக அழைத்துப்போனார்கள். மதுவந்தி தனது ராஜஸ்தானி காக்ராவின் சுருக்கங்களை எல்லாம் சரிப்படுத்திக் கொண்டு, "தூஃபான், குட் லக்" என்று கையைக் குலுக்கி "பிறகு எல்லோரும் ஒன்றாக கைமா பாவ் திங்கலாம்" என்று தன் எல்லா

சுறு சுறுப்பையும் முழுமையாகத் தனக்குள் திரட்டிக்கொள்ள முயற்சி செய்து பாவாடையை இரண்டு கைகளாலும் கொஞ்சம் தூக்கிப் பிடித்து தாவியபடி தன் குழுவின் பக்கம் ஓடினாள். அவளைப் பார்த்துக்கொண்டிருந்த தூஃபானுக்கு, விடியலிலேயே தன்னை எழுப்பி அப்பாவின் மின்னல் தரிசனத்திற்கு தன்னை தயார்ப்படுத்தி புறப்படவைக்கும் மா நினைவுக்கு வந்தாள். மா அப்போது ஏறக்குறைய இதே வயதுக்காரியாக இருந்தாள் என்று தோன்றியது. வினோதமான சங்கடம் ஏற்பட்டது. பலதேவனின் உயிரைப் பிழியும் இந்த மதுவந்தியின் வெட்கம் எப்படிப் பட்டது? தனக்கு இப்போது மனதளவில் பெரியவளாகத் தோன்றும் மா, உண்மையாகவே அப்போது இந்த மதுவந்தியைப் போலவே இருந்தாளல்லவா? அவளுடைய அன்றைய வெட்கத்துப் போராட்டம் எப்படிப்பட்டதாக இருந்திருக்கும்? எப்போதாவது டேக்கின் போதும் பைக்கின் தாவுதலின் போதும் பிடி தவறி கதறிக்கொண்டே நான் விழுவேனே, அப்போது நான் மெல்ல எழும்போது, மற்றவர் வந்து பைக்கை தூக்கி நிறுத்துவார்களே, அந்த மௌனத்தில் எதற்கு வெட்கம் இருப்பதில்லை? மதுவந்தி எரியும் வெயிலில் ஆயிரம் கண்களுக்கு முன்னால் தாவணி இல்லாமல் இறுக்கமான ஜாக்கெட் மார்பை ஒரே சொல்லுக்கு நூறு தடவை குலுக்கும்போது நேராத அவமானம், சொல்லாமல் கொள்ளாமல் வந்து பலதேவன் திருட்டுத் தனமாகப் பார்த்து தேர்ந்தெடுத்த வார்த்தைகளில் பேசும்போது எதற்கு ஏற்படுகிறது? என் தனிமையான மா திரும்பத் திரும்ப சொல்லிய இஷ் இஷ் இஷ், அவளுடைய வெட்கத்தின் சுரமாக இருந்ததா? அது அவளுடைய உலகத்தைப் பாதுகாத்ததா?

மெல்ல தூஃபான் ஓரமாக நடக்கத் தொடங்கினான். விடியலில் அந்த ஆள் நடமாட்டமற்ற நிலையத்தில் அம்புவேகத்தில் இரயிலிலிருந்து கண்டுகொள்ளாமல் கைவிடப்பட்ட விலங்கைப்போல விழுந்து மெல்ல எழும் அப்பாவின் பாணியில், அதை கண்கொட்டாமல் பார்க்கும் எங்கள் இருவரின் அசையாத நிலுவையில் கடுகளவும் அவமானம் இருக்கவில்லை. அதை தூஃபான் மெயில் தூக்கிக்கொண்டு சென்றதா? அல்லது, வாழ்வதற்காக, வெறும் சோற்றுக்காக தேர்ந்தெடுத்த தொழிலில் தனியாகவே ஒரு கௌரவம் உதிக்கிறதா?

“ஷாட் ரெடி” என்ற சத்தம் கேட்டது. பொழுது காயும் வேளையில் பெரிய விளக்குகள் ஒளிரத் தொடங்கின. போர் வேகத்தில் பையன்கள் முன்னும் பின்னும் ஓடினார்கள். ஆம்புலன்ஸ் மற்றும் ஸ்ட்ரெச்சர் பீல்டின் அருகே நிறுத்தப் பட்டிருந்தன. யூனிட் பையன் வந்து சோடா உடைத்து அதில்

எலுமிச்சம் பழத்தைப் பிழிந்து கொடுத்தான். அதைக் குடித்த தூஃபான் தற்காலிகமாக போடப்பட்டிருந்த சிறிய பலகையின் மீது கட் கட் என்று உலோகத்தின் கால்களை ஊன்றி தண்ணீரைத் தாண்டி படகின் தளத்தை அடைந்தான்.

பலகையை எடுத்தார்கள். பைக் மீது மெல்ல உட்கார்ந்து கொண்டான். ‘கரையில் அவன் லேண்ட் ஆகவேண்டிய இடத்தில் அடையாளமாக சுண்ணாம்புப்பொடி தூவப்பட்டது. ஒரு பக்கதிதிலிருந்து நாட்டியத்தின் பாட்டின் வார்த்தைகள் மிதந்து வந்தன. மற்றொரு பக்கத்திலிருந்து பல மஞ்சள் வர்ணத்து ஜெனெரேட்டர்களின் கடும் இரைச்சல். ஹெல்மெட் போட்டுக்கொண்டதும் எல்லா சத்தங்களும் விலகின. எதிரில் கரையிலிருந்த எல்லாமும் இப்போது, இந்த நொடி சற்றே பின் சரிந்து, ஒரு கனமான எதிர்பார்ப்பில் மூழ்கியிருந்தது. தாவுவதற்குத் தேவையான வேகத்தைத் திரட்டிக்கொள்ள டெக்கின் மீது தான் போக வேண்டிய வழியையும், இடிக்கவேண்டிய கண்ணாடிச் சுவரையும் ஒருமுறை பார்த்து, எதிரே இருந்து சிகப்பு வண்ண சிக்னல் வந்ததும், சிறிது நீண்டு மேலே சரிந்து பைக்குக்கு கிக் கொடுத்தான். உடனே, தொலைவிலிருந்து மௌனத்தை விலக்கி, விடியல் நேரத்து தூஃபான் மெயிலின் இரைச்சல் நெருங்கத் தொடங்கியது.

ooo

மகிழம்பூ மணம்

எதிர் சன்னலில் தெரிவது விடியற்காலையா அல்லது அந்திமாலையா என்பது கண்ணைத் திறந்த நொடியில் ஷஷாங்கனுக்கு உடனே தெரிவதில்லை. அடங்கிய குரல், காட்சி, தூக்கக் கலக்கம் போன்ற கலவைகளின் மேகத்தில் நீந்திக்கொண்டு அவன் கண்கள் சன்னலுக்கு வெளியே ஒளியைப் பார்க்கும். அந்த ஒளிக்கும் ஒருவிதமான சோம்பல் உண்டு. அதில் கலகலவென்று தன் பச்சைக் கிளைகளை அசைக்கும் மரம் இருக்கிறது. அந்த மரக்கிளைகளின் துணைக்கிளைகளில் பக்கத்திலிருந்த ஏதோ ஒரு விளையாட்டு மைதானத்திலிருந்து எழுந்து வந்த பிள்ளைகளின் கூக்குரல்கள் அடங்கியிருக்கின்றன. அந்தக் குரல்கள் குறைந்து மரம் அமைதியடையும் போது அது ஒரு நாளின் அர்த்தமற்ற மரணம் என்று பொருள். அதற்குப் பதிலாக பலவகையான விசித்திரமான குரல்கள் அதிகமாகி அத்துடன் மற்ற வாகனங்களின் சத்தமும் சேர்ந்து மரத்திற்குப் பைத்தியமே பிடித்து அது தலையைப் பிய்த்துக் கொண்டு தெருச்சண்டைக்கு நிற்பதுபோலத் தோன்றினால் அது புதியதொரு நாளின் தொடக்கம் என்று பொருள்.

அதே சன்னல். அதே மரம். ஆனால் சுரங்கள் மட்டும் வேறு. மருத்துவமனையின் பெயரைப் பின்னிய பார்டரின் தன் வெளிர்நீலப் போர்வையை ஒழுங்காக மடித்துக்கொண்டே ஷஷாங்க் பக்கத்துக் கட்டிலைப் பார்த்தான். அது காலியாக இருந்தது. அங்கே இருந்த நேபாளி இளைஞனை விடியலிலேயே எழுப்பி அறுவைச் சிகிச்சைக்கு அழைத்துப்

போயிருந்தார்கள். அந்தப் படுக்கையில் அவன் படுத்திருந்த அடையாளங்களை எல்லாம் அழித்து, காலை செவிலியர்கள் புதிய மொடமொடவென்ற விரிப்பை விரித்து ஒழுங்குபடுத்தி இருந்தார்கள். நேற்றிலிருந்தே நொடிந்திருந்த அந்த நேபாளி, குறுகிப்படுத்தபடியே கண்கொட்டாமல் ஷஷாங்கனைப் பார்த்துக்கொண்டிருந்தான். ஷஷாங்க் புருவத்தை அசைத்து சைகையால் "என்ன ?" என்றபோது படக் என்று திருடனைப்போல கண்ணை மூடிக்கொள்வான். "பயப்படவேண்டாம். ஆபரேஷன் என்றால் ஒரு நீண்ட அழகான தூக்கம். தேர்ந்த மருத்துவர்கள், அழகான நர்சுகள் இவர்களிடமிருந்து பணிவிடை செய்து கொள்ளும் மகா தூக்கம். விழிப்பு வந்ததும் எல்லாம் முடிந்திருக்கும். எல்லாம் புதிதாக இருக்கும்" என்ற ஷஷாங்கனின் பேச்சுகளைக் கேட்டாலும் கேட்காதவன் போல "இந்த ஆபரேஷன் தியேட்டருக்கு ஒரு பின்வாசல் இருக்குமாம். அவுட் ஆனால் அந்த வழியாகத்தான் வெளியே அனுப்புவார்களாம்... உண்மையா ? என்றான். "ச்சே... ச்சே... எங்கள் எல்லோருக்கும் முன்பே டிஸ்சார்ஜ் ஆகி வீட்டிற்குப் போகப்போகிறவர் நீங்கள். எங்கள் அவஸ்தையைப் பாருங்கள்... எனக்கு என்ன நோய் என்று டாக்டராலேயே கண்டுபிடிக்க முடியலை. தினம் ஒரு பரிசோதனை என்று உயிரைப் பிழியறாங்க. என் இரத்தம் முழுவதும் பரிசோதனைக்கே செலவாகி விடுமோ என்னமோ" என்று ஷஷாங்க் சிரித்தாலும், நேபாளியின் கண்கள் மேலும் சிறிதாகி சிமிட்டாமல் பார்த்தன. புண்ணியவான், இப்போது அறுவைச்சிகிச்சையறைப் படுக்கையில் சுகமாக தூங்கிக் கொண்டிருப்பான் என்று ஷஷாங்க் எழுந்து கழிவறைப் பக்கமாக நடந்தான். அப்போதே காலைச் சுற்றின் டாக்டர்கள் வரும் நேரமானதால் கழிவறைகளை எல்லாம் பினாயல் போட்டு பளபள என்று கழுவி முடித்திருந்தனர், "ஷஷாங்க், உங்கள் ஸ்கேன்னிங் பதினொரு மணிக்கு இருக்கு ஒன்றும் சாப்பிட வேண்டாம். நிறைய தண்ணி குடியுங்க. டி. வார்டுக்குப் போய் இந்த சீட்டை எழுதிக்கொண்டு வாங்க" என்று செவிலி ஒருத்தி வந்து அவசரப்படுத்தினாள். தொளதொள பைஜாமாவை இறுக்கமாகக் கட்டிக்கொண்டு ஷஷாங்க் வராந்தாவின் ஒரு மூலையில் இருந்த லிஃப்டை நோக்கி நடந்தான்.

ஏழாவது மாடியிலிருந்து இறங்கிக்கொண்டிருந்த லிஃப்டில் ஒவ்வொரு மாடியிலிருந்தும் மக்கள் சேர்ந்துகொண்டார்கள். ஏதோ ஒரு மாடியில் இருந்து திடீர் என்று ஒரு வீல்சேர் வந்தது. அதைத் தள்ளிக்கொண்டு வந்த ஆயாவின் ஒரு கையில் சலைன் பாட்டலும் இருந்தது. லிஃப்ட் நடத்துபவர் அந்தச் சக்கர நாற்காலிக்கு இடம் ஒதுக்க தன் ஸ்டூலை விட்டு எழுந்து நின்றான். காஃபி, தேநீர் ப்ளாஸ்குகளை மார்போடு அணைத்துக்கொண்டு மிடுக்காக

மேலே தெரியும் எண்களையே பார்த்துக்கொண்டிருக்கும் ஆயாக்களுக்கு நடுவே நின்றிருந்த ஷஷாங்க் குனிந்து சக்கர நாற்காலியில் பின்னால் தலையைச் சாய்த்துக்கொண்டு மயக்கத்தில் இருந்த நோயாளியைப் பார்த்தான். எங்கேயோ பார்த்ததுபோல தோன்றியது. இன்னும் நெருங்கிப் பார்த்தான். அதிர்ந்துபோனான். அட! சரோஜினி!! சரோஜினிதானே!. உடனே வேறு பக்கம் பார்த்தான். மறுபடியும் மெல்ல அவளைப் பார்த்தான். நாற்காலியில் தலையைச் சாய்த்து பாதிக் கண் மூடி இருக்கும் தேகம் மருத்துவமனையின் நீலநிற தளர்ந்த நீளமான அங்கியில் இருந்தது. ஆயா கையில் பிடித்திருந்த பாட்டிலிலிருந்து சலைன் சொட்டுச் சொட்டாக அந்த மென்மையான கைகளில் இறங்கிக்கொண்டிருந்தது. அதைக் கையில் பிடித்துக்கொண்டே ஆயா, லிஃப்ட் ஆப்பரேட்டரிடம் "என்ன, ஷிப்டை கன்டின்யூ செய்யறயாடா" என்று எதையோ பேசத்தொடங்கினாள். சரோஜினியின் அழகான மூக்கு, அதன் கூர்மை, முகவாய்க் கட்டையில் சின்னக் கோடு எல்லாம் அப்படியே இருந்தது. முப்பது ஆண்டுகளுக்குப் பிறகு இதுவரை இந்த உருவத்தில் இந்தப் பெருநகரத்தின் இந்த மருத்துவமனையில் இந்த லிஃப்டில் இந்தச் சக்கர நாற்காலியில் இந்த மயக்க நிலையில் இவளைப் பார்க்கிறேன். இவள் எங்கிருந்து வந்தாள். இவளுக்கு என்னவாயிற்று? மற்றொரு மாடியைக் கடந்து லிஃப்ட் நின்றது. ஆயா நாற்காலியை தூக்கித் திருப்பி வெளியே தள்ளினாள். சக்கர நாற்காலி லிஃப்டுக்கு எதிரே இருந்து மறையத் தொடங்கியது. அந்த வினோதமான நொடி கரைந்து போவதைப்போலத் தோன்றி மரத்துப்போன கால்களை இழுத்துக்கொண்டு ஷஷாங்க் அப்போது மூடத் தொடங்கிய கதவைத் தடுத்து வெளியே வந்து அதைப் பின் தொடர்ந்தான். அது மிகவும் கண்காணிப்பான பகுதியாக இருந்ததால் ரிசப்ஷன் அருகேயே நின்றான். ஆயா கேஸ் பேப்பர் பேடை ட்யூட்டி நர்சிடம் கொடுத்து நாற்காலியைத் தள்ளிக்கொண்டு போய், சரோஜினியை, ஆம் சரோஜினியைத்தான், தூக்கிப் படுக்கையில் சாயவைத்து, பாட்டிலை ஸ்டேண்டில் பொருத்தி, அதன் துளிகளைக் கட்டுப்படுத்தி, போர்த்திவிட்டுத் திரும்பி வெளியே வந்தாள். கண்கொட்டாமல் பார்த்துக்கொண்டிருந்த ஷஷாங்கிடம் "இவங்களைத் தெரியுமா? பிறகு வாருங்கள். இப்போது ரவுண்ட்ஸ் நேரம்" என்றாள். கழுத்தைத் திருப்பி, கண்கொட்டாமல் ஷஷாங்க் பதற்றத்துடன் அங்கிருந்தே பார்த்தான். அவனுடைய காலத்தின் உருவம் திடீர் என்று மாறிவிட்டது. வெள்ளைப் படுக்கைகளின், வெளிறிய நீல உடுப்புக்களின் இந்த வார்டில் – ஓ வில் – கட்டில் மீது பொம்மையைப்போல அசையாமல் சாய்ந்திருக்கும் அப்போதைய உயிர்த் தோழியை இப்போது

சந்திப்பது எப்படி? அவள் உலகம் எங்கே இருக்கிறது? அதை ஸ்பரிசிப்பது எப்படி? ஷஷாங்க் இயலாமையால் நடுங்கினான். மெல்ல அங்கேயே இருந்த பெஞ்சில் உட்கார்ந்தான். அந்த முகம் ஒளிரும் விண்மீன்போல அவன் உயிரைப் பற்றியிருந்தது. அந்த ஒளியில் எந்தத் தேய்மானமும் இருக்கவில்லை. அதற்குள் ஸ்பீக்கரில் ஸ்கேனிங் பற்றிய அறிவிப்பு வந்தது. எழுந்து ஸ்கேனிங் பகுதியை நோக்கி நடந்தான்.

முப்பது ஆண்டுகளுக்கு முன்பு சரோஜினி சூடி வாடிய உலர்ந்த மகிழம்பூ மாலையின் மணம், மெல்ல இந்த வார்டில் பரவி வந்தது. ஸ்கேனிங்குக்காக அவனைப் படுக்க வைத்ததும் அந்த மணம் அடர்த்தியானது. புதிதாக மலர்ந்த மகிழம்பூவை விட, அது வாடிய பின் வரும் வாசம் சரோஜினிக்கு விருப்பம். அதனால் அம்மா முதல்நாள் சூடிய மலரை மறுநாளும் அவள் சூடிக்கொள்வாள். ஸ்கேனிங்இயந்திரம்மெல்லியஇருளில்ஏதேதோ பிம்பங்களை உருவாக்கிக்கொண்டிருந்த போது ஷஷாங்கின் இதயத்தில், சரோஜினியின் பெருமூச்சின் சூடு பரவியது. அந்த சூட்டில் ஒரு மகிழம்பூக் காடு.

ஸ்கேனிங் முடித்து வார்டுக்குக் கொண்டுவந்து ஷஷாங்கைப் படுக்கவைத்தபோது மதியமாகிவிட்டது. நர்ஸ் மிரட்டியதற்காகஇரண்டு வாய் சாப்பிட்டுவிட்டு கண்மூடினான். காலையில் லிஃப்டில் கூடவந்த சரோஜினி, இப்போது மூன்றாம் மாடியில் தனியாகப் படுத்திருக்கும் சரோஜினி. வேகமாக வந்த மழையில் நனைந்துகொண்டே வந்திருந்தாள். சிறிய ஊரில் யார் என்ன சொல்வார்கள் என்பதைக் கண்டு கொள்ளாமல், பெருமூச்சுடனே பெரிய மரப்படிகளை ஏறி, அவனுடைய சிறிய வாடகை அறைக்கு வந்து திறந்த கதவருகே நின்றாள். குறுகிப் படுத்திருந்த நான் மெல்ல எழுவதற்குள் அங்கே இருந்தே "டிசைட் செய்... டிசைட் செய்... சாதியாவது மண்ணாங்கட்டியாவது... இருவரும் ஒன்றாக இருக்கணும்னா டிசைட் செய், எங்க வீட்டுக்கு வா... சொல்... இன்றைக்கே இப்பவே." மழை ஊரையே தேய்த்துக் கழுவிக் கொண்டிருந்தது. அவளுடைய ஒளிரும் நெற்றியில் வியர்வையும் மற்றும் மழையும் இரண்டும் தள தளவென்று இறங்கின.

அப்போது டிசைட் செய்ய என்ன இருந்தது? இப்படிப் பாயில் உருண்டிருந்தேன். டிசைட் செய்யும் கலை நாற்பத்தி ஐந்தைத் தாண்டியும் இன்னும் வரவில்லை. அதுமட்டுமல்ல, என்னை விழுங்கிக்கொண்டிருக்கும் நோய் என்ன என்பதை டிசைட் செய்வதுகூட யாராலும் முடியவில்லை. கொட்டும் வானத்தின் பின்னணியில், பின்னிய ஜடையிலிருந்து தப்பித்துக்கொண்டு பறக்கும் முடிகள் ஈரமாகி முகவாய் ஓரத்தில் ஒட்டி இருந்தன. "வா

ஜயந்த் காய்கிணி

உட்கார்" என்றேன். கேட்கவில்லை, "இல்லை, நேரமில்லை வா இப்போதே" என்று சொன்னவள் மழையில் கரைந்து போனாள். அவள் போய் வெகு நேரத்துக்குப் பிறகும் ஏணியின் மரப்படி களுடைய சத்தம் கேட்டது. அதில் தொங்கிக்கொண்டிருக்கும் கைப்பிடியின் கயிறு ஆடிக்கொண்டிருந்தது. கற்கவென்று வந்த இந்த ஊர், அந்த ஏணி, அந்த அறை, அந்தப் பாய், அந்தக் கயிறு, அந்த மழை... தூர விலகிச் சென்றன. எதையும் டிசைட் செய்யாமல் வாழ முடியுமா? என்று ஊரிலிருந்து ஊருக்கு சும்மா கடந்து சென்றேன். வீட்டிற்கு படிகள் இருந்தன. குன்றுகளுக்கல்ல. பூங்காக்களில் படிகள் இருந்தன. காடு களில் அல்ல. மேகங்கள் உருவத்தை மாற்றின. மகிழம்பூ காடு என்னவானது. உருவம் மாறியது. மண்ணானது. காற்றானது. தார்ச்சாலையானது. தூரத்து இருண்ட மலைகளின் இரகசியப் பாதைகளில் விளக்கெனும் கண்களைச் சிமிட்டிக்கொண்டு பறக்கும் வாகனங்களின் வரிசை பார்வையிலிருந்து விலகி மறைந்தது. எங்கே இருந்தது எல்லாம். எங்கேயும் இல்லை. இங்கேயேதான். இந்த லிஃப்டில், இந்தச் சக்கர நாற்காலியில், அதோ, சன்னலில் மலரும் கண்களால் வெறித்துப் பார்த்துக் கொண்டிருக்கும் மரத்தின் சலனமற்ற தன்மையில்.

மாலை வேளையில் தேநீர் ட்ராலி வந்தபோது ஏற்பட்ட சத்தத்திற்கு ஷஷாங்க் எழுந்து உட்கார்ந்தான். மெய் மறந்து இரயிலைத் தவறவிட்டவன் போல அவசரத்தில் தேநீர் அருந்தி, மூன்றாவது மாடிக்குப் போக லிஃப்டுக்கு ஓடினான். லிஃப்ட் கதவைத் திறந்து மூன்றாம் மாடியில் கால் வைத்ததும், காலையில் பார்த்த ஆயா "போய்ப் பாருங்கள்" என்பதைப்போல சைகை செய்தாள். தயக்கத்துடன் ஷஷாங்க் அமைதியாக வெறுமையை நெருங்கினான். கட்டிலுக்கு அடியில் தள்ளி இருந்த ஸ்டூலை சத்தமில்லாமல் இழுத்து, மெல்ல உட்கார்ந்து, புதிய குழந்தையைப் பார்ப்பது போல சரோஜினியைப் பார்த்தான்.

பால்யத்திலிருந்து இதுவரை அவளுடைய எல்லா கட்டங்களின் கோட்டோவியங்களும் ஒன்றன் மேல் ஒன்று படருவதைப்போல சரோஜினி தெரிந்தாள். இப்போது நாற்பதைத் தாண்டிக்கொண்டிருக்கலாம் என்ற அந்த முகத்தில், தேவை என்றால் இளம் முகத்தையும் காணலாம். தொட்டிலிலிருந்து மகிழ்ச்சியுடன் அழைக்கும் பிள்ளை முகமும் இருந்தது. கொட்டும் நீலமேகத்தில், "டிசைட் செய்" என்று இறங்கிப்போன முகமும் அங்கே இருந்தது. அவளை என்று எப்படிப் பார்த்தேனோ, அப்படியே இன்றும் பார்க்க முடிந்தது. அது ஒரு வாடாத பூவைப்போல இருந்தது.

அதற்குள் நிறைந்த பிளாஸ்டிக் பையுடன் ஆசாமி ஒருவன் வந்து பையை கட்டிலுக்கு அருகே சிறிய மேசை மீது வைத்து, "நீங்கள் யாரென்று தெரியவில்லை" என்பதைப்போல பார்த்தான். ஷஷாங்க் எழுந்து நின்று "சரோஜினி தானே? கல்லூரியில் இருந்தபோது அறிமுகம். அவள் ஆர்ட்ஸ், நான் சயின்ஸ்" என்று அமைதியானன். அந்த மனிதன் அவள் கணவனாகவும் இருக்கலாம், அண்ணனாகவும் இருக்கலாம், எதுவாகவும் இருக்கலாம், "நீங்கள் யார்?" என்று கேட்பது அர்த்தமற்றது என்று தோன்றியது. "டெஸ்டுக்காக நிறைய மருந்துகளைக் கொடுக்கிறார்கள், நேற்றிலிருந்து அதிகமா தூக்கத்தில இருக்கா. விழித்தபோது அதிகம் பேசுகிறாள். அவள் விழித்த பிறகு அழைக்கிறேன். உங்கள் வார்ட் நம்பரைக் கொடுங்கள்" என்று பெயர், எண் இரண்டையும் எழுதிக்கொண்டார். ஒருவகை யான மௌனம் சூழ்ந்தது. பெயர் சொல்லி அழைக்கும் சமுதாய உறவுகளின் எல்லைகளை அழித்து விடுவதைப்போல அந்த மௌனம் இருந்தது. "ஏதாவது தேவை என்றால் கூப்பிடுங்கள்" என்று புறப்பட்ட ஷஷாங்க், படுக்கையிலிருந்து நழுவிக் கீழே சாய்ந்திருந்த சரோஜினியின் கையைத் தூக்கி மேலே சரியாக வைத்தான். சரோஜினி தூக்கத்திலும் தன்னை கவனிப்பதுபோலத் தோன்றி புன்னகைத்தான். அவள் கனவின் ஆகாயத்தில், நிலம் இல்லாத முடிவற்ற இடத்தில் நிற்பதைப்போல தோன்றியது. லிஃப்டை நோக்கி நடக்கும்போது காலடியில் நிலம் சரிந்தது.

சன்னலோரத்து மரங்களின் மீது தெரு விளக்கின் துணுக்குகள் ஒட்டிக்கொள்ளத் தொடங்கியபோது, பார்வை நேரம் முடிந்து, காவலாளி எல்லோரையும் வெளியேற்றினான். முறைப்படி படுத்த இடத்திலேயே ஷஷாங்கின் வாயில் தர்மாமீட்டரை வைத்து நாடி பார்த்துக்கொண்டிருந்த நர்ஸ் அப்போதுதான் பொட்டலத்திலிருந்து பிரித்தெடுத்த வெள்ளை சோப்பைப்போல தெரிந்தாள். அவள் சின்னஞ்சிறு விரலால் நாடி பிடித்து, சிறிய கைக்கடிகாரத்தைக் கவனித்துக் கொண்டிருந்த போது, வாயில் தர்மாமீட்டர் வைத்துக்கொண்டே "சரோஜினி, என்னுடன் வந்திருந்தால் உன் வாழ்க்கையே வீணாகி இருக்கும். நான் தொட்டது எதுவும் துலங்கவில்லை. நான் நெருங்க நெருங்க ஒவ்வொன்றும் விலகிப்போய்விட்டன. என்னுடையதாக்கும் முயற்சியிலேயே எல்லாமே அலங்கோலமாகி விட்டது. ஆண்ட்ரூ நீ தப்பித்துவிட்டாய்" என்று ஷஷாங்க் சிஸ்டரைப் பார்த்து திக்கினான். "ஹா?" என்று உரக்கச் சிரித்து "என்னது?" என்று நர்ஸ் முன்னே சென்றாள். போகும் முன் "உங்களை அட்மிட் செய்த நண்பர் அதிகப் பணம் செலுத்தி இருக்கிறாரா? இல்லை என்றால் நாளையில் இருந்து டெஸ்ட்

கிடையாது. அவர் செலுத்திய டிபாசிட் முடிந்துவிட்டதாம்” என்று சொல்ல மறக்கவில்லை.

மலிவான மெஸ்ஸின் இலவச சாப்பாட்டிற்கு போய்க்கொண்டிருந்த ஷஷாங்குக்கு, வீட்டிலிருந்து திருடி, வறுத்த மீனை ஸ்டீல் டப்பாவில் எடுத்து வந்து கொடுப்பாள் சரோஜினி. ஒருமுறை அதை கெமிஸ்ட்ரி லேபில் தன் உபகரணங்களை வைக்கும் அலமாரியில் வைத்து மறந்தே விட்டான். மறுநாள் பொய்யாக அது நன்றாக இருந்தது என்று சொல்லி பிறகு கல்லூரியின் அருகே இருந்த குளத்தில் அதைப் போட்டு டப்பாவைக் கழுவிக் கொண்டுவந்து கொடுத்தான். “ஆத்து மீனை ஆத்திலேயே போடுங்க, அதையும் வறுத்துப் போடுங்க” என்று அவன் நண்பர்கள் அவள் முன்னேயே கிண்டல் செய்து உயிரை வாங்கிவிட்டார்கள். மீன் என்றால் சரோஜினிக்கு உயிர். அதிலும் சின்ன கண்ணாடிபோன்ற வெள்ளி மீன் – நெத்திலி – என்றால் உயிர். அதை முழுசாக முள்ளுடனேயே முழுங்கிவிடுவேன் என்ற பெருமை வேறு. புரண்டு படுத்த ஷஷாங்குக்கு அந்தக் குளம் இந்த வார்டில் வந்து நிற்பதைப்போல, கட்டிலின் கால்கள் பாதி அலைகளில் மூழ்கி இருப்பதைப்போல கண்டது. தரதரவென்று பெய்துகொண்டிருந்த மழையில் கம்பளிப் போர்வையைத் தலை மீது போர்த்திய சிறிய தோணி குளத்தின் மார்பின் மேல் மிதந்துகொண்டிருந்தது.

வார்ட் பையன் விளக்கை அணைக்கும்போது, தெளிவற்ற நிழலைப்போல அந்த சரோஜினியின் உறவுக்காரன் வந்து ஷஷாங்கை எழுப்பினான். “வாங்க, வாங்க, சரோஜினி கூப்பிடறா, மிகவும் தெம்பா இருக்கா. உங்கள் பேரைச் சொன்னதும் ஆஸ்பத்திரிங்கறதையும் மறந்து ‘அட’ என்று கத்திவிட்டாள். நீங்கள் எங்கே பயந்துகொண்டு திரும்பவும் வராமல் போவீர்களோ என்று இப்பவே அழைத்து வா என்று பிடிவாதம் பிடிக்கிறாள். வாங்க” என்றான். ஷஷாங்க் ஒருவகையான ஆர்வத்தோடு அவனுடன் சென்றான்.

லிஃப்ட் வரும்வரை காக்கவேண்டி இருந்தது. “உங்களுக்கு ஒன்று சொல்ல வேண்டும். அது என்ன என்றால் நாங்கள் ட்ரீட்மெண்டின் ஒரு முக்கிய கட்டத்தில் இருக்கிறோம். அதாவது இனி ட்ரீட்மெண்ட்டை தொடராமல் விட்டுவிட்டால் அவளுடைய நினைவு, இயல்பான குணங்கள், விழிப்பு எல்லாம் படிப்படியாகக் குறையலாம் என்று டாக்டர் சொல்கிறார். அதற்காக அவள் இயல்பான குணாதிசயம் தேவை என்று, மருந்தை நிறுத்திவிட்டால் அவளுடைய உயிருக்கு அபாயம் இருக்கு. அந்த நிலைமையில் இருக்கிறாள். எங்களால் டிசைட் செய்ய முடியவில்லை” என்றவன், லிஃப்ட் வந்ததும் ஷஷாங்கின்

கையைப் பிடித்து உள்ளே சென்று, லிஃப்ட் கீழே புறப்பட்டதும் "உங்களுடைய உடல்நிலை எந்த ஸ்டேஜில் இருக்கிறது?" என்றான். ஷஷாங்க் "தெரியாது" என்றான்.

லிஃப்டின் கதவைத் திறந்தபோது, ஐ சி யு கண்ணாடிக்கு வெளியே மடித்து வைத்துக்கொண்ட முழங்கால்வரை வெளிர் நீலப் போர்வையைப் போர்த்திக்கொண்டு உட்கார்ந்திருந்த சரோஜினி இந்தப் பக்கம் பார்த்துக்கொண்டிருந்தாள். நடக்கும்போது நெருங்கிக்கொண்டிருப்பது அவள்தான், தானல்ல என்று தோன்றியது. ஆர்வத்தால் சோர்ந்த அவள் முகம் மூக்கு கண் பொலிவுறுவதைப் பார்த்து என்ன சொல்லவேண்டுமோ தெரியாமல் "சரோஜினி" என்றான். பள்ளியில் ஆஜர் சொல்லும்போது "ப்ரசெண்ட் சார்" என்பதைப்போல கண்களைச் சுருக்கி தலையசைத்து சிறிதாக புன்னகைத்தாள். சலைனின் ட்யூப் சிக்கவைத்திருந்த அவள் கையை மெல்லத் தட்டி "சீக்கிரம் குணமடைந்து வீட்டுக்குப் போ" என்று திக்கினான். ஜோக்கை கேட்டதுபோல வினோதமாக சிரித்தாள். அந்தச் சிரிப்பின் கோடுகள் புதிதாக இருந்தன. ஷஷாங்க் அணிந்திருந்த மருத்துவமனையின் ஆடைப் பக்கம் கைவிரலைக் காட்டி "என்ன உன் அவதாரம்?" என்பதைப்போல சைகை செய்தாள். "ஒன்றுமில்லை ரொட்டீன் செக்கப்" என்று ஷஷாங்க் ஸ்டூலைத் தேடி கட்டிலுக்கு அருகே இழுத்துப் போட்டு உட்கார்ந்தான். "புருடா விடாதே. இந்த பெரிய ஆஸ்பத்திரிக்கு யாரும் ரொட்டீன் செக்கப்புக்கு வரமாட்டாங்க. வருத்தப் படாதே. நல்லாத்தான் இருக்கே, உனக்கு எந்த தொந்தரவும் கிடையாது" என்றாள். அவளுடைய வேகம், நெருக்கம் இரண்டாலும் தெம்படைந்த உறவுக்காரன் "நீங்கள் பேசிக் கொண்டிருங்கள் இதோ வந்தேன்" என்று வெளியே போனான்.

"பிறகு?" என்று அவனை கண் நிறைத்துப் பார்த்தாள். அதற்கு எந்த பதிலும் இருக்கவில்லை. பொழியும் நீலத்தில் நனைந்த இறுக்கமான ஜடைக்கு நடுவிலான பகுதியை கண்ணிமைக்காமல் பார்த்த ஷஷாங்கனுக்கு அவை வேறு மாதிரி தோன்றின. இங்கே கேள்விக்கே இடமில்லை. பொருளும் கிடையாது. காலத்துடன் தொடர்பே இல்லாத உள் ஜீவனுக்கு மட்டுமே அனுபவத்திற்கு வரும் இழையொன்று அமைதியடையத் தொடங்கியது. அந்த இழையைப் பொய்யாக்கும் கேள்விகளான எங்கே இருந்தாய், என்னவானாய், அவன் யார், இவன் யார், அவள் எங்கே, இவள் எங்கே, வயிற்றுப் பிழைப்பு, சோறு, பணம், மகப்பேறு, வீடு, வம்ச விருத்தி, வெற்றி, தோல்வி, கழிவறை, நோய், டபல் பெட், சொந்தப் பிள்ளைகள், தேகம் போன்ற எந்த அபஸ்வரங்களும் இப்போது இங்கே வந்து சேரமுடியாது.

"வா, இங்க உக்காரு" என்று சின்னக் குழந்தையை அழைப்பது போல ஷஷாங்கனை, படுக்கையின் கால் பக்கம் உட்காரச் சொல்லி காலை மடித்து இடம் செய்துகொடுத்தாள். ஷஷாங்க் தயக்கத்துடனேயே உட்கார்ந்தான். "உனக்கு ஒன்னும் ஆகலை, நல்லாத்தான் இருக்க, உண்மையா நல்லாத்தான் இருக்க" என்று சொன்னாலும், அவள் கண்ணுக்கு முடி உதிர்ந்த உதடு வெளுத்த இந்த ஷஷாங்கன் சபிக்கப்பட்ட கந்தர்வனைப் போல தெரிந்ததால் எப்படியோ இருந்தது. "எனக்கு, நான் நினைத்ததுபோல எதுவுமே நடக்கவே இல்லை" என்று சொல்ல வாய் திறந்த ஷஷாங்கனுக்கு, நினைப்பதும் நடப்பதும் எல்லாமே இப்போது பொய் என்று தோன்றியது. இரவு சாப்பாட்டு ட்ராலி வரும் நேரம் என்று அறிந்த சரோஜினி "போ போ... சாப்பாட்டு நேரமாகிவிட்டது... உன் இன்றைய ஆஸ்பத்திரி சப்பை சாப்பாட்டில் நெத்திலி மீன் தென்படட்டும் என்று வாழ்த்துகிறேன்" என்றாள். "உன் உணவில் பசலைக் கீரை கலந்த ஆறிய சோறும், குருணைக் கஞ்சியும் இருக்கட்டும்" என்று ஷஷாங்கன் சொன்னான். இருவரும் பொங்கிப் பொங்கி சிரித்தார்கள்.

"நீ இனி படுத்துக்க" என்ற ஷஷாங்க் எழுந்து அவள் காலை நீட்டியதும், மெல்ல போர்வையை கழுத்துவரை போர்த்தினான். "நீ கல்லூரில ரெண்டு வருஷம் முழுக்க ரெண்டு சட்டை ஒரு பேண்ட் போட்டுக்கிட்டு இருந்த. ஒன்று கட்டம்போட்ட நீலம், மற்றொன்று கிரீன் கோடு போட்டது" என்று சிரித்துக்கொண்டே கண் மூடினாள். அவளுடைய சலைன் பொருத்திய கைக்கு தலையணையின் அணைப்புக் கொடுத்து மெல்ல உடலைத் தட்டினான். நிலமே இல்லாத வானத்தில் நிற்பதுபோலத் தோன்றியது. "காலைலே வர்றேன்" என்று சொல்லி மிதந்துகொண்டே வார்டுக்குத் திரும்பினான் ஷஷாங்க். சன்னலைப் பார்த்துக்கொண்டே படுத்தான்.

நினைவும் அறிவும் அழிந்துபோனால் சரோஜினி யார்? முடிவில் நம் உறவு, காதல் என்றெல்லாம் சொல்வது நமக்குள் மீதமிருக்கும் உயிரின் நினைவுகளுக்கா அல்லது எதிரில் மூச்சுவிட்டுக்கொண்டு இருக்கும் மனிதனுக்கா? இரண்டு இரகசியங்களின் நடுமையத்தில் நின்றிருக்கும் இந்தக் கேள்வி கண்டிப்பாக வெறும் மருத்துவக் கேள்வி அல்ல என்று தோன்றி ஷஷாங்க் கலவரமடைந்தான். கடந்த முப்பது ஆண்டுகளில் அவளுடைய திருமணம், குடும்பம் என்று எதை எதையோ அனுபவித்திருந்தாலும் இன்று அவளைப் பார்த்த நொடியில் அவை எல்லாம் பொய் என்று தோன்றினாலும். இந்த பரஸ்பர அஞ்ஞாதவாசத்திற்கு இந்த மையத்தில் எந்த அர்த்தமும்

இல்லை என்று தோன்றினால்... அதற்கும் அதிகமாக இனி என்ன வேண்டும்?

அப்போது மெல்லிய சத்தத்துடன் சாப்பாட்டு ட்ராலி வந்தது. வார்ட் முழுவதும் பரவிய உணவின் மணத்தில், தட்டுச் சத்தத்தில், யாரோ யாருக்கோ ஊட்டிவிடும் மென்மையில், சோ என்று பெய்யும் மழைக் காற்றுக்கு தென்னை மரங்கள் பிரமித்து அசைவதில், அடுப்பின் மேல் வாரக்கணக்காக கொதித்து வந்த கொள்ளுச் சாறின் பதம் இருந்தது. அதுமட்டுமல்ல, முந்தாநாள் இங்கே அட்மிட் ஆக வந்த நாள் வெளியே படி ஏறி சோர்ந்து வந்தபோது, விழாமல் பிடித்து தன் தோளில் சாய்த்துக் கொண்டு பெஞ்சில் அமர்த்தி சக்கர நாற்காலியை எடுத்துவரச் சொன்ன யாரோ அறிமுகமுல்லாத சட்டையின் வியர்வை மணமும் இருந்தது.

சன்னலின் மரம் அப்போதே காற்றுடனான பேச்சை நிறுத்திக்கொண்டதுபோல இருந்தது. கோபித்துக்கொண்ட காற்று உள்ளே வராமல் தாதிகள் சன்னல் கதவுகளை சாத்தினார்கள். மெல்ல யாரோ தட்டுவதுபோல தெரிந்து கண்ணைத் திறந்தால் எதிரில் சரோஜினியின் உறவுக்காரன் பக்கத்தில் உட்கார்ந்து கையைப் பிடித்திருந்தான்! மெல்லிய குரலில் "பாருங்க... நாளைக்கே நாங்கள் டிசைட் செய்யவேண்டும். அவள் உயிருடன் இருக்கவேண்டும். அவளைக் காப்பாற்ற நாங்கள் என்ன வேண்டுமென்றாலும் செய்யத் தயார். தயவு செய்து ட்ரீட்மெண்ட் தொடர எங்களுக்கு உதவி செய்யுங்கள்" என்று பெருமூச்சுவிட்டான். பாதி வெளிச்சத்தில் குனிந்து நின்ற அந்த ஆசாமி சரோஜினியின் அண்ணன் தம்பி, கணவன், அப்பா, மகன், நண்பன் - யாராகவும் இருக்கலாம் அல்லது எல்லாமாகவும் இருக்கிறான். ஷஷாங்க் கலவரமடைந்தான். என் நினைவின் சரோஜினி எனக்குத் தேவை என்றால் அவருடைய நினைவின் சரோஜினி அவருக்கு வேண்டாமா? "பாருங்க, அவளுடைய நிம்மதி முக்கியம் அல்லவா? அவளுக்கு எது தேவையோ அதை டிசைட் செய்யுங்க" என்ற ஷஷாங்கின் கையைப் பிடித்து "உங்களைப் பார்த்ததும் பிடிவாதமாக இருக்கிறாள். ட்ரீட்மெண்ட் வேண்டாம் என்கிறாள். ட்ரீட்மெண்டால் நினைவும், உற்சாகமும் குறைகிறது என்று அவளுக்குத் தெரியும். அதற்காக இதுவரை ட்ரீட்மெண்ட் வேண்டாம் என்று சொன்னவள் அல்ல. ஆனால் இன்று நீங்கள் வந்து போனதும் பைத்தியம் போல பிடிவாதம் பிடிக்கிறாள். ட்ரீட்மெண்டை தொடர்ந்தால் மருத்துவமனை சன்னலிலிருந்து குதித்துவிடுவேன் என்கிறாள். எனக்கு எதுவும் தோன்றவில்லை..." என்று தேம்பினார். வார்டில் யாரோ "இஷ் இஷ்" என்றதும் தோளில் கண்ணை துடைத்துக்கொண்டு "தயவு

செய்து மறுபடி அவளைப் பார்க்க வரவேண்டாம்" என்று குனிந்து சொல்லிவிட்டு வார்டிலிருந்து வெளியே போய்விட்டார்.

வெகு நேரம் அப்படியே உட்கார்ந்திருந்த ஷஷாங்க் மெல்ல எழுந்து லிஃப்ட் அருகே சென்றான். நடு இரவின் லிஃப்ட் ஆளில்லாமல் இருந்தது. அதனால் அதன் சொரூபம் வேறு மாதிரியாகத் தெரிந்தது. தினமும் ஆயிரக் கணக்கான நோயாளி களை ஏற்றி இறக்கும் அது இப்போது விசாலமாக இருந்தது. மருத்துவமனை லிஃப்ட்களில் கண்ணாடி இருப்பதில்லை, நிஜந்தானே, அது பொருத்தமானது என்று முதல் முறையாக ஷஷாங்கிற்குப் புரிந்தது. ஒவ்வொரு பொத்தானாக அழுத்தினான். ஒவ்வொரு மாடியிலும் கதவு திறந்தபோது, எதிரில் ஒரு வார்ட், ஒவ்வொரு வார்டும் நிசப்தமான கலவரத்தில் உறைந்திருந்தது. உறவுக்காரர்கள் இருந்த இடத்திலேயே விழுந்து தூங்கிக்கொண்டிருந்தார்கள். காலை லிஃப்டில் நான் வராமல் இருந்தால், இந்த வீல்சேரை சந்திக்காமல் இருந்தால் எல்லாம் மாறுபட்டு இருந்திருக்கும்? அப்போதைய எதிர்பாராத சந்திப்பால் இருவரும் அனுபவிக்க வேண்டியது உண்மையாக இருந்தாலும், இப்போதே அது நினைவாகிப் போகிறதே. மறுபடி அதைத் தொடக்கூடாது. அதை பயன்படுத்தக் கூடாது. மனதிற்கு வந்த புதிய நினைவின் காடு அது. நாமாகப் பிடிக்கப் போனால் வாடிவிடும். நம்மைத் தடுத்துவிடும். தானாக வந்தது நம்முடன் வளரும். நம்மைக் காப்பாற்றும். நினைவு என்னும் போதுதான் அது புதிது. என்றென்றைக்குமான காட்டில் இப்போது மலர்ந்த மலர்.

மூன்றாவது மாடியில் லிஃப்ட் நின்றது. கதவைத் திறந்து திரும்ப மூடும்போது ஷஷாங்க் "கடவுளே, எல்லோருக்கும் புதிய புதிய நினைவுகளை அருள்" என்று பிரார்த்தனை செய்தான். பிறகு விளையாட்டு என்பதைப்போல கண்ணை மூடி ஏதோ பொத்தானை அழுத்தினான். கண் திறந்தபோது லிஃப்ட் மேலே ஏறிக்கொண்டிருந்தது. எந்த மாடியில் நிற்குமோ என்று கண் திறந்து நின்றான்.

ooo

கிணற்றில் ஒரு கதவு

சாயங்காலத்து செந்நிறத்துடன் நீண்டு காணப்பட்ட ஆலிபாக் கடற்கரையில் வெகு தொலைவில் தனியாகவே நடந்துகொண்டிருந்த ராக்கெட் தேஜபலி சிறிது அதிகமாகவே சிகப்பாக ஒளிர்ந்துகொண்டிருந்தான். சட்டென்று பார்த்தால் அவன் இந்தப் பக்கம் வருகிறானா அல்லது அந்தப் பக்கம் போகிறானா என்பது தெரியவில்லை. பேல்பூரி, ஐஸ்க்ரீம் கடைகள் இருக்கும் இந்தக் கூட்டமான இடத்திலிருந்து அவன் வெகுதொலைவான இடத்தில் இருந்தான். உள்ளூர் மக்களுக்கு இந்தக் கடலும், சூரிய அஸ்தமனமும் எதுவும் புதிதல்ல. அதனால் இங்கே அப்படியான ஆள் நடமாட்டம் கிடையாது. ஆனாலும் நகரத்து நெருக்கடிகளில் இருந்து தற்காலிகமாகவாவது விலகி இருக்கும் பிரமையில் நூறு கி.மி. தொலைவிலிருக்கும் மும்பையிலிருந்து வந்த சில பிக்னிக் குழுக்கள் மாலையின் செந்நிறம் அடர்ந்த தண்ணீரில் நீந்திக் குதித்தன. இரைச்சலால் மூச்சுத் திணறும் மும்பை கடற்கரைகளை மட்டுமே பார்த்தவர்களுக்கு இந்த அமைதியான நீண்ட கடற்கரை, அச்சத்தை ஊட்டுமளவுக்கு ஆள் நடமாட்டமற்றுத் தோன்றுகிறது. இப்படி குறைந்த மனிதர்களிடமிருந்து விலகி சற்றுத் தொலைவில் தேஜபலி நடந்துகொண்டிருந்தான் அல்லது நின்றிருந்தான். அவ்வப்போது கடலிலிருந்து வேகமாக வீசிக்கொண்டிருந்த காற்றில் அனலைப்போல கொதித்துக்கொண்டிருந்தான்.

ஆலிபாக் கடற்கரைக்கு அருகிலேயே முகாம் போட்டிருக்கும் 'மிலன் மரணக் கிணறு'வின் முக்கிய மோட்டார் சைக்கிள் சவாரிக்காரன் தேஜபலிக்கு,

ராக்கெட் தேஜபலி என்னும் சிறப்புப் பெயர் எப்போதிருந்து வந்தது என்று அவனுக்கும் நினைவில்லை. இப்போது அவனுக்கு ஐம்பது நெருங்குகிறது. பதினைந்து இருபது ஆண்டுகளுக்கு முன்பு டைமண்ட் சர்க்கஸிலிருந்து பிரிந்து வரும்போதே அவன் ராக்கெட் தேஜபலியாகி இருந்தான். அப்போது மரணக் கூண்டின் படுவேகம் கொண்ட மொபைக் வீரனாக இருந்தான். அங்கே இருந்து வெளியேறிய பிறகு விசாலமான கிணறுகளுள்ள பல கம்பெனிகளுக்குச் சென்றுவிட்டு இப்போது கடந்த ஐந்தாறு வருடங்களாக இந்த மிலன் மரணக் கிணற்றில் பார்ப்பவர்களுக்கு மெய் சிலிர்க்கும் வகையில் மொபைக் ஓட்டுகிறான். காதுக்கு அருகே நரைவிழுந்த சைட்லாக்குகளுடன் தேஜபலி, கிணறின் மேல் பலகை மேடையில் எல்லோருடைய கவனத்தையும் ஈர்ப்பதுபோல வைத்திருக்கும் மட்கார்ட் இல்லாத, வினோதமான திமில் போல இருக்கும் கடும் சிகப்பு பெட்ரோல் டேங்க் பொருத்திய பழைய மோட்டார் சைக்கிளின் மேல் உட்கார்ந்து ஆக்ஸிலேட்டரைத் திருப்பி வானைப் பிளக்கும் ஒலியை எழுப்பும்போது, பழைய மேற்கத்திய ஆங்கிலப் படங்களின் நாயகனைப்போலத் தோற்றமளிப்பான். இன்னும் சிறிது நேரத்தில் வானத்தில் வெடிக்கவிருக்கும் ராக்கெட்டைப்போல ஒருமுகப்பட்ட மனத்துடன், தனியாக சலனமற்று இருக்கிறான்.

இன்று ஆலிபாக் கேம்பின் கடைசி நாள். இரவு பத்துமணி கடைசிக் காட்சி. கடந்த பதினைந்து நாட்கள் முகாமில் ஒரு நாள் கூட தவறாமல், சூரிய அஸ்தமன வேளையில் தேஜபலி இந்தக் கடற்கரைக்கு வந்திருக்கிறான். கறுப்புத் தேளைப்போல இருக்கும் பழைய எஸ்டீ பைக்கில் பத்து நொடிகள் கொண்ட கால அளவில் விறுவிறு என்று தாவி, கரையில் இறக்கம் இருந்தால், ஈரத்தால் இறுகிய மணற் பரப்பு விரிந்திருக்கும் எல்லைவரைக்கும் ஓட்டி விட்டுத் திரும்புவான். அவன் பின்னால் பிள்ளைகள் ஓடிவந்தால் உரக்கச் சிரித்து வேகமாக பைக்கை ஓட்டி இருள் அடர்ந்த சிறு புதர்களில் மறைந்துவிடுவான். நீண்ட இடைவெளிக்குப் பிறகு, சைலன்சர் இல்லாத அந்தக் கருப்பபுத்தேளின் பட பட சத்தம் கரையின் காற்றில் தங்கிவிடும். நாளையிலிருந்து இந்த மாலையின் சூரியன் மறைகிற இந்த நொடி மறுபடி கிடப்பதற்கில்லை என்ற சிந்தனை அவன் நினைத்ததை விடவும் அவனை அதிகமாகவே ஆக்கிரமித்துக் கொண்டிருக்கிறது என்பதைப்போல, இன்று அவன் தனது கறுப்புத் தேளை இளநீர்க்காரன் அருகே நிறுத்திவிட்டு, அமைதியாக மணல் நிறைந்த கரையில் நடந்து போனான். இறக்கமானதால் கடல் பின்வாங்கியது. ஈர மணலில் மாலைச் சிகப்பு பிரதிபலிக்க சிறப்பான ஒளியொன்றின் ஓரத்தில் தேஜபலியின் பாதங்கள்

மென்மையாகப் பதிந்திருக்கிறது. கண் நிறைந்து வருவதுபோல அந்தப் பாதங்களின் இறங்கிய மணல் குழிகளில் நீர் நிறைந்து வருகிறது.

எதிர்க்கரையில் நின்றிருந்த பழைய கோட்டையை இந்தப் பக்கத்திலிருந்து பார்க்கும்போது நிழலை உடுத்திக்கொண்டு கருமையாகத் தெரிந்தது. எல்லா நாளும் அதைப் பார்த்திருக்கிறான் இங்கேயிருந்து. ஆனாலும் அங்கே போகவேண்டும் என்று தோன்ற வில்லை. மிகவும் இறக்கமாக இருக்கும்போது அதுவரை ஈரமான மணலில் மக்கள் அங்கே நடந்தே போவார்களாம். ஏற்றம் இருக்கும்போது பல தடைகளைக் கடந்து சிறிய தோணி களிலும் லாஞ்சுகளிலும் வரும் மக்கள் இந்தக் கோட்டையின் நடுப்பகுதிவரை நனைந்துகொண்டே போவார்கள். இந்தக் கோட்டை எப்போதோ எங்கேயோ விழுந்த கனவைப்போல காணப்பட்டது. அதன் தெளிவற்ற சன்னல்களில் இருள் நிறைந்திருந்தது. அதன் வளாகத்தின் மரங்களில் நிறைய கறுப்புப் பறவைகள் அமர்ந்ததுபோல இருந்தது. சிதிலமடைந்திருந்த கோட்டையின் குவிமாடத்தின் ஓட்டை கிழிந்துபோன தேசப் படத்தைப்போல நின்றிருந்தது. தேஜபலி திரும்பி வருவேன் என்று கூவுகிறான்.

ஆயிரக்கணக்கான ஊர்களில் தங்கி இருக்கிறேன். ஆனால் எங்கேயும் எதுவும் இப்படி என்னை ஈர்த்ததில்லை. மரணக்கிணற்றின் அடியில் இருக்கும் சின்னக் கதவைத் தள்ளி உள்ளே சென்று கதவை மூடி மேலே பார்ப்பேன். மேலே கிணற்றைச் சுற்றி பலகை மேடையிலிருந்து குனிந்து நின்ற நூறு கண்களின் பின்புலத்தில் ஆழமான ஆகாயம் இருக்கிறது. மக்கள் கைதட்டல் கிணற்றில் உதிர்கிறது. மெல்ல சிகப்பு மொபைக்குக்கு கிக் அடிக்கும்போது கூட்டம் இறுகி நிமிர்ந்து நிற்கிறது. ராக்கெட்டைப்போல தேஜபலி ரிவ்வா ரிவ்வா ரிவ்வா என்று ஏறி வருகிறான். அவ்வளவுதான். முழு மரணக் கிணறும் நடுங்கும், பார்வையாளர்கள் அதிர்ச்சியுறுவதைப்போல. ஆட்டத்தை முடித்து சிறிது மெல்ல குறுக்கும்நெடுக்குமாகச் சுற்றி கீழே இறங்கி நடுவில் இருக்கும் கம்பத்தில் வாகனத்தைச் சாய்த்து வைத்து கிணற்றின் கீழே இருக்கும் சிறிய கதவைத் தள்ளி பள்ளத்திலிருந்து வெளியேறுவான். வெளியேயும் அதே கூட்டம். எல்லா ஊரிலும் அதே கூட்டம். எந்தக் கனவிலும் வராத கூட்டம். யாரோ மாயம் செய்ததுபோல இரவு பத்தானதும் கரைந்து இல்லாமல் போகும் கூட்டம். இந்தக் கூட்டத்தைத் தாண்டி, காற்றைத் தடவிக்கொண்டே, தேஜபலி கடற்கரையை அடைந்து, கரையோரத்தில் நின்று கோட்டையைப் பார்ப்பான். கோட்டையைச் சுற்றி வளைத்த கடல் மெல்ல அவன் பாதங்களை

நனைத்து, வேகமாகப் பின்வாங்கி பாதத்தின் கீழே மணலை அரிக்கும். 'திரும்ப வருவேன்' என்று தேஜபலி கூவுவான்.

அப்படிப் பார்த்தால் இன்று சுதந்திரமாக அவனை கரைக்கு அனுப்பும் அளவுக்கு தாராளமாக நடந்துகொண்டவன் முதலாளி ராம்பியாரே, கடைசி நாள் என்பதால் எல்லா விளையாட்டுகளிலும் நீ இருக்கவேண்டும் என்று கட்டாயப் படுத்தாமல் 'தேஜபலி நீ உன் விருப்பத்திற்கு சுற்றிவிட்டு வா. இன்று சகன் மற்றும் பட்டூ ஐட்டத்தை செய்யட்டும். அவர்களும் சுதந்திரமாக செயல்படும் அளவுக்கு தயாராக வேண்டுமல்லவா. போ, சந்தோஷமாக இரு... நாளை காலை ஊரைவிட்டுக் கிளம்பவேண்டும், நினைவிருக்கட்டும்' என்று கறுப்புத்தேளின் சாவியைக் கொடுத்த ராம்பியாரே... சிறிது குழப்பத்தில் இருந்ததுபோலக் காணப்பட்டான். ராம்பியாரேயின் கண்ணில் தேஜபலியைக் குறித்து எப்போதும் ஒரு மர்மமான மரியாதை இருந்தது. மனது வைத்தால் மற்றும் அதிர்ஷ்டம் விரும்பினால் வேறு எங்கோ பெருமையுடன் இருப்பதற்கு வாய்ப்புள்ள தேஜபலியின் மனோபலத்தை ஆழமாக கௌரவிப்பவன் போல ராம்பியாரே நடந்து கொண்டான். தினம் தினமும் திவாலாகிக் கொண்டிருந்தாலும் தேஜபலியின் ஊதியத்தை, அவன் பைக்களின் பராமரிப்பு செலவை தவறாமல் கொடுத்தான். எந்த முக்கியமான முடிவை எடுப்பதற்கு முன், தேஜபலியை ஒரு வார்த்தை கேட்பது அவன் வாடிக்கையாக இருந்தது. "நீ பெரிய கலைஞன். அப்படியே பெரிய மனிதனும் கூட. என்னமோ உன் அதிர்ஷ்டம் சரியில்லை. அதனால் இந்த சில்லறை ஸ்டண்ட் கம்பெனிக்கு வந்திருக்கிறாய். எங்களுக்கு என்னமோ உன்னால் நன்மை ஏற்பட்டிருக்கிறது. ஆனால் உன் தகுதிக்குத் தகுந்த இடத்தையும், மரியாதையையும் கொடுக்கும் நிலைமையில் நாங்கள் இல்லை. இருப்பதில் சமாளிக்கிறோம்..." என்பதைப்போல அவன் தோரணை இருந்தது. தேஜபலியின் கவர்ச்சியான துணிமணிகளை ஒழுங்காகத்துவைத்து இஸ்த்ரி செய்யும் வழக்கம் கடந்த ஆண்டு இசலகஞ்சி முகாமில் ரத்தானது. அப்போது வருமானம் இல்லாமல் 'மிலன் மரணக்கிணறு' நொடிந்துபோயிருந்தது. ஜெனேரேட்டர், மின்வாரியத்தின் லஞ்சம், இடத்திற்கான வாடகை, டெபாசிட் – எல்லாவற்றையும் பூர்த்தி செய்வதற்குள் பணத்தை இழந்து நிற்கும் ராம்பியாரேயிடம் – தன் துணிகளைச் சலவை செய்வதற்காக சண்டைபோடுவது சரியல்ல என்று தேஜபலி அமைதியாக இருந்தான். தனது ஆடைகளை அவனே கவனித்துக்கொண்டான். ஒரு இரவு குடிபோதையில் ராம்பியாரே "உன்னை சரியாக கவனித்துக்கொள்ள முடியவில்லை, மன்னித்துக் கொள்" என்று தேஜபலியின் காலில் விழுந்து அழுதான். "வேண்டாம் சேட், வேண்டாம்" என்று தேஜபலி சொன்னபோது

“என்னை சேட் என்று கூப்பிடாதே” என்று கத்திக்கொண்டே தன் கன்னங்களில் அடித்துக்கொண்டான். ஒட்டுப் போட்ட ஜீன்ஸ் பேண்டில் இருந்த ராம்பியாரே கண்ணீரைத் தன் சட்டையின் தோளில் துடைத்துக்கொண்ட நொடியில், தேஜபலி ஏதோ ஓர் உள்ளுணர்வு உந்த அவன் வெளுத்த முடியுடைய தலையைத் தட்டி “உனக்கு நல்ல காலம் வரும். கவலைப்படாதே” என்றான். இதை நம்புவதற்காகக் காத்திருந்தவன் போல ராம்பியாரே “உண்மையாகவா? நிஜமா?” என்று கண்மலர்ந்து “என் நேரம் சரியாகட்டும், தேஜபலி, உன்னை கடவுளைப்போல பார்த்துக்கொள்கிறேன். உனக்கு முழுநேர உதவியாளன் ஒருவனைக் கொடுக்கிறேன்” என்றபடி புதிய மன எழுச்சியோடு வெளியே நடந்தான். ஒருவகையான பொய்யான உறுதிகளை ஒருவருக்கொருவர் கொடுத்துக்கொண்டதால் அந்த நொடிக்குப் பிறகு தேஜபலிக்கு தான், இந்த ‘மிலன் மரணக் கிணறு’க்கு சுமையாக இருக்கிறேன் என்ற உணர்வு எழுந்து மனத்தை அழுத்தத் தொடங்கியது. சமையல் விளையாட்டு விளையாடும் பிள்ளைகள் பொய்யான சாப்பாடு சமைத்து நடிப்பதைப்போல, சின்னச் சின்ன கரண்டிகளால் பரிமாறுவதைப்போல – தாங்களும் எதிர்காலத்தைப் பற்றி, வாழ்க்கையைப் பற்றி கனவுகளை உண்கிறோம் என்று தோன்றியது.

இது நடந்த சில நாட்களுப் பின் ஆர்னாள் முகாமில் ஒரு சின்ன சிரமம் ஏற்பட்டது. மரணக்கிணறைச் சுற்றி வரிசையாகப் போட்டிருந்த மின்சார விளக்கின் சரத்தில் ஒருபக்கம் பிய்ந்து திறந்திருந்த வயர் ஒன்றை எதிர்பாராமல் தொட்டுவிட்ட சிறுமி ஒருத்திக்கு ஷாக் அடித்து மயங்கிவிட்டாள். நல்லவேளை அவள் பிழைத்துக் கொண்டாலும் ஊர் மக்களின் கோபத்திற்கு இலக்காகி ‘மிலன் கிணறு’ தாக்கப்பட்டது. மக்கள் மேடையை உடைத்தார்கள், போஸ்டர்களுக்கு தார் பூசினார்கள், பயந்துபோய் ஆர்னாளின் மலையில் ஒளிந்திருந்த ராம்பியாரேயைத் தேடித் துரத்திக்கொண்டு போய் அடித்தார்கள். பத்துப் பதினைந்து நாட்கள் ‘மரணக் கிணறி’ன் ஸ்பீக்கர்கள் வாயைப் பொத்திக்கொண்டிருந்தன. பிழைத்துக்கொண்ட சிறுமியின் பரிகார நிதி வசூலிக்க வந்த சிவசேனையின் இளம் தலைவர்கள், தன் பைக்கிற்கு பிராசோ பூசி ஒளிரச் செய்துகொண்டிருந்த தேஜபலியிடம் “என்னடா ஹீரோ..? வேலை இல்லையா? வா எங்க தேர்தல் பிரசாரத்திற்கு, சாப்பாடு வாங்கித் தரோம். கோழிக் கறி.” என்று கிண்டல் செய்தார்கள். அவர்கள் போனபிறகு தேஜபலிக்கு இது தன்னுடைய அம்மணமான ஒரு கணம் என்று தோன்றியது. ராம்பியாரேயின் சுமையைக் குறைக்க இது தக்க தருணம் என்று தோன்றி மெல்ல ராம்பியாரே அருகே சென்று “பியாரேஜி, உங்களுக்கு நிறைய

சிரமம் இருக்கிறது. என்னால் எந்த உதவியும் கிடையாது. நான் உங்களுக்கு வெறும் சுமை. எனக்கு போன மாத சம்பளம் வேண்டாம். நான் வேற வேலையைத் தேடிக்கிறேன். எதுவும் இல்லைன்னாலும் பன்வெல், கல்யாண் போன்ற இடங்களில் டிரைவர் வேலையாவது உறுதியாகக் கிடைக்கும். கடந்த இரண்டு ஆண்டுகளாக மும்பை தொழிற்சாலைகள் எல்லாம் மூடி மக்கள் வி.ஆர்.எஸ். என்ற நோய்க்கு ஆளாகியிருக்கிறார்களாம். வந்த பணத்தில் பைத்தியக்காரர்கள் போல பிஸினஸ் பிசினஸ்னு மேக்சி கேப், டாடா சுமோ, குவாலிஸ் என்று வாகனங்களை வாங்கி வாடகைக்கு விட்டிருக்கிறார்களாம். இதனால் நல்ல டிரைவர்களுக்கு அதிகளவில் தேவை உருவாகியுள்ளதாம். போறேன். கண்டிப்பா பட்டினியா கிடக்கமாட்டேன் பியாரேஜி. நம்புங்க. உங்க நிலைமை முன்னேறட்டும். அப்ப கண்டிப்பா திரும்ப வந்து சேர்றேன்." என்று கையைப் பிடித்துக்கொண்டு யாருடைய குரலிலேயோ பேசுவதுபோல சொன்னான். ராம்பியாரேயின் கண்களில் ஒரு நொடி நிம்மதியின் ஒளி தெரிந்ததுபோல இருந்தாலும், அந்த ஒளி தேஜபலிக்குப் புரிந்தது என்ற உண்மையை மறைப்பவன்போல தன் கையில் இருந்த அவனுடைய இரண்டு கைகளையும் தன் முகத்தில் அழுத்திக் கொண்டு "ச்சே... இப்படிப்பட்ட நாளும் எனக்கு வந்திடுச்சா" என்று பெருமூச்சுவிட்டான். "நீ புலி தேஜபலி, புலி. புலி பட்டினி கிடக்கலாம். கண்டிப்பா புல்லைத் தின்னாது. நீ புல்லைத் தின்னக்கூடாது. நீ வீரன். தேர்ந்த வேலைக்காரன். சமுதாயம் உன்னைத் தலையில் தூக்கி வைத்துக் கொண்டாட வேண்டும். சமுதாயம் எக்கேடாவது கெட்டுப் போகட்டும். நான்? நான் உன்னை கவனித்துக்கொள்ளாமல் போனால் எப்படி? ஹா?" என்று சொன்னவன் உடனே நிம்மதியின் நொடியை தான் இழந்துவிட்டோமோ என்ற பயத்தில் அமைதியானான். அவன் இரண்டு கண்களும் மரணக்கிணறை வெறுமையாகக் கண்டன.

அந்தத் தோல்வியுற்ற கண்களில் தேஜபலிக்கு தன் விடுதலையின் வழியும் தெரிந்தது. மறுபடியும் பேச்சைத் தொடர்ந்தால் எல்லாம் திரும்பவும் குழம்பிவிடும் என்று தோன்றி மெல்ல நடந்து தன் கூடாரத்திற்குப் போனான். இரவு ஒரு பல்பை போட்டுக்கொண்டு எல்லோரும் உணவருந்தும்போது மொபைக் அலறுவதுபோல ராம்பியாரே கத்தினான். "போகட்டும், பெரிய மனுசங்க எல்லாம் போகட்டும். நமக்கு நல்லது நடக்கட்டுமுன்னு அவங்களை எல்லாம் கட்டிப்போட முடியுமா? எங்களோட நீயும் பட்டினியா இருன்னு சொல்ல நான் யார்? யார் யாருக்கு போகணும்னு தோணுதோ அவங்க எல்லாம் போங்க. ஆனால் யார் பணத்தையும் கொடுக்கும் சக்தி எனக்கு இப்பக் கிடையாது. ஜெனரேட்டரை வித்து பிறகு

கொடுக்கறேன். ஒரு மாசமாவது தேவை. அந்த நம்பிக்கையோட போங்க” இந்தக் கதறல் ஒரு கட்டத்துக்குப் பிறகு தேஜபலியுடன் சேர்ந்து பியாரேக்கும் சிறுபிள்ளைத்தனத்தின் அலறல் என்று தோன்றியது. பேசத் தொடங்கினால் எல்லாமே நாடகம் போலத் தோன்றிவிடுகிறது. அது நாடகத் தன்மையை அடையும்தோறும் உண்மை நிலையை வென்றுவிட்ட பிரமை ஏற்படுகிறது. பொய் என்று தோன்றும்போது மனபாரம் குறைகிறது. உடனே இருவருக்கும் சிரிப்பு வந்தது. நடுஇரவின் இருட்டில் நின்ற மரங்கள் அதிர்ச்சியூட்டும் அளவுக்கு விழுந்து விழுந்து சிரித்தார்கள்.

அடுத்த முகாமின் விளம்பரத்தில் ராம்பியாரே “எங்கள் அமிதாப், எங்கள் சச்சின் தெண்டுல்கர், எங்கள் ராக்கெட் தேஜ்பலி” என்று போற்றத்தொடங்கினான். ஆனால் அந்த ஆவேசத்தின் ஆழத்தில் எங்கேயோ தானாக கைக்கு வந்த ஒரு திருப்பத்தை தன்னுடைய அளவு மீறிய பலவீனத்தால் தான் இழந்துவிட்டதுபோல குறைபட்டுக்கொண்டான். புதிய இளைஞர்களுக்கு இந்த ராக்கெட் தேஜபலியின் சாகசத்தில் எந்த கவர்ச்சியும் தெரியவில்லை. அவன் எவ்வளவுதான் மீசைக்கு வண்ணம் பூசினாலும், இறுக்கமான ஜீன்ஸ் பேண்ட் அணிந்தாலும் அவனுடைய கழுத்து சருமம், அவன் முழங்கைகளின் பழுத்த நரம்புகள் தடித்துக் காணப்பட்டன. புதிய உற்சாகத்தில் சகன் மற்றும் பட்டூ நடத்தும் ஸ்டண்ட்களுக்கு தேஜபலியின் அனுபவம் இல்லாவிட்டாலும் பார்வையாளர்களுக்கு வேண்டிய வசீகரம் இருந்தது. அது இரகசியமான எதிர்காலத்தை ஒளிமயமாகக் காட்டியது. மெய்மறந்ததை இயல்பாக கைமாற்றுவதுபோல இருந்தது. ஆனால் தேஜபலி ஏதோ பழைய வைபவத்தின் படிவங்களைப் போலத் தெரிந்தான். இளைஞர்களின் வியர்வை பூ மீதான பனிபோல தெரிந்தால், தேஜபலியின் வியர்வை சோர்ந்த தாரையைப்போல விழுந்தது. ராம்பியாரேக்கும் இது புரியாத செய்தி அல்ல. ஆனால் ராம்பியாரே தேஜபலியின் வழியாக தன் இளமையின் உற்சாகத்தை அடையத் துடித்தான். வயதில் ஏறக்குறைய தனக்குச் சமமாக இருந்தாலும் தேஜபலி அந்த மரணக்கிணறில் டர்ரறர் என்று சுற்றும்போது பார்வையாளர்கள் வீசும் கைக்குட்டையை மின்னல் வேகத்தில் பிடித்துக் கைதட்டல் வாங்கும்போது பரவாயில்லை ‘இன்னும் இருக்கு’ ‘இனியும் என்னமோ இருக்கு’ ‘இன்னும் மீதமிருக்கு’ என்ற எண்ணத்தை ராம்பியாரே அனுபவித்தான். ஆனால் சாகசத்தைப் பார்த்த பிறகு வீர சிப்பாயைப்போல வாசலில் சவாரிகள் எல்லாம் நிற்கும்போது வெளியேறும் பார்வையாளர்கள் கூட்டத்தில் இளைஞர்களும், இளம்பெண்களும் பகவானையும் பட்டூவையும் பார்க்கவும், அவர்களோடு கைகுலுக்கவும், இயற்கையாகவே ஆர்வம் கொண்டிருந்தார்கள். ஆனால் தேஜபலியால்

அவர்களை ஈர்க்கமுடியவில்லை. தேஜபலியின் வயதை ஒத்த பார்வையாளர்களோ வேறு ஏதோ உலகத்தில் அப்போதே கால் வைத்திருந்தார்கள். அதனால் முடிவில் இந்த தேஜபலி ராக்கெட் ஆகியிருப்பது தன் மன உலகத்தில் மட்டுமே என்பது ராம்பியாரேக்கு உறுதியாகப் புரிந்திருந்தாலும் இந்த உலகமே அவனுடைய பரம சத்தியமாக இருந்தாலும் அதை அவன் சிறிதும் குறை இல்லாமல் சிரமம் வகித்துக் காப்பாற்றிக்கொள்வான். ஹோட்டலிலிருந்து கறி வாங்கிவந்தால், நல்ல துண்டுகளை எடுத்து தேஜபலிக்கு அனுப்புவான்.

இப்படி ராம்பியாரேயின் நடைமுறை உலகுக்கு தன்னிடம் இருந்து எந்தவிதமான பெரிய பங்களிப்பும் இல்லாமல் இருக்கும்போது தான் அங்கே இருந்து விடுபடாவிட்டால் அநீதி செய்வதுபோல இருக்கும் என்ற எண்ணத்தை கடந்த ஒருவார மாக இந்த ஆலிபாகின் கடற்கரை உறுதிப்படுத்தியது. எதிரில் கோட்டை, விசாலமான மணற்பரப்பு, பறக்க மறந்து நெருங்கி அமர்ந்த காற்று மரங்கள். எல்லாம் அப்படியே வெளியேறும் நொடியின் வரவை தெளிவில்லாமல் தேஜபலிக்குத் தெரிவித்தன. அடர்த்தியாக கருமை நிறத்தை நோக்கி சரிந்துகொண்டிருந்த செந்நிறப் பரப்பில் நடந்துகொண்டே அவன் மனதிலேயே பயிற்சி நடத்தினான். “ராம்பியாரே எனக்குத் தெரியும்... உனக்கு வருத்தம் ஏற்படலாம். எனக்குத் தெரியும் நீ பயப்படுவாய் என்று. எனக்குத் தெரியும் நாம் இருவரும் நமக்கு பரஸ்பரம் தேவை என்பது. ஆனால் முடியாது. இனி போதும். நான் மிலன் மரணக் கிணற்றிலிருந்து விலகுகிறேன். நம் இருவரால் நம் இருவருக்கும் ஆகவேண்டியது எல்லாம் நடந்திருக்கிறது, பியாரேஜி, இந்த ஆயுள் இருக்கும்வரை அது நம்முடன் இருக்கும். விட்டுவிடு என்னை ... நீ ஓய்ந்துவிட்டாய். இந்த இளைஞர்கள் உன்னை கவனித்துக் கொள்ளவேண்டும். அதிகம் குடிக்காதே. லிவர் பழுதடைந்தால் கதை முடிந்துவிடும். இந்த கறுப்புத் தேளை மட்டும் எனக்குக் கொடு, அது போதும். அது என்னை வேறு எங்காவது அழைத்துச் செல்லும். அதன் நன்றிக் கடன் எனக்கிருக்கட்டும். அது உனக்குள் என்னை நிரந்தரமாக கட்டிப்போடும். பார் பியாரே... என்னை இந்தக் கரையில் விட்டுவிடு, காலடிச் சுவடுகள் மட்டுமே இருக்கக்கூடிய, வழியே இல்லாத இந்த மென்மையான கரையில் நிம்மதியாக நட நீ.”

நடு இரவைத் தாண்டும்வரை தேஜபலி அப்படியே காலை நீட்டி மணலில் உட்கார்ந்தே இருந்தான். இந்த இடம் அவன் அனைத்தையும் உதறக்கூடிய கணத்திற்கென்றே காத்திருந்து, கடலின் இரைச்சல், அழகு எல்லாம் வெவ்வேறு அவதாரங்களை எடுக்கத் தொடங்கின. தெளிந்த மேகங்களை

கோட்டை விலக்கிக்கொண்டிருந்தது. அங்கே யாரோ ஏற்றிவைத்த தீபங்கள் இருக்கிறதோ இல்லையோ என்பதைப்போல மின்னிக்கொண்டிருந்தன. அது வெகு விரைவில் கரையை விட்டுப் புறப்பட இருக்கும் படகுபோல தென்பட்டது.

கடைசிக் காட்சிக்குப் பிறகு மிச்சமீதி எதுவும் இல்லாமல் 'மிலன் மரணக்கிணறு' இரண்டு பெரிய லாரிகளில் சேர்ந்து கொண்டது. "சேட், ராக்கெட் சார் இன்னும் வரலை..." என்று வேலையாட்கள், சகன், பட்டூ எல்லாம் ஆற்றாமையோடும், குழப்பத்தோடும் அவசரப்படுத்தியபோது ராம்பியாரே "அவன் வருவான். எனக்குத் தெரியும். உங்க வேலையைப் பாருங்க,போங்க. விடியலில் டிராஃபிக்கில் மாட்டிக்கும் முன்னயே ஹைவே போய் சேரணும். புறப்படுங்க" என்று அதட்டினார். பட்டூ "சேட் நம் அடுத்த முகாம் எங்கேன்னு அவருக்குத் தெரியுமா. அவரை அழைத்து வருகிறேன், கடற்கரையில் இருப்பார்..." என்று சொல்ல ராம்பியாரே "சுப், அவனை யாரும் கூட்டிக்கிட்டு வரவேண்டாம். அவனுக்கு எல்லாம் தெரியும். அவனுக்கு எல்லாம் தெரியும்" என்று உரத்த குரலில் கத்தினார். அவனுக்கு எல்லாம் தெரிந்ததுபோல இருந்தது. பரஸ்பர விடுதலையின் அவகாசத்தை இந்த முறையும் திரும்ப தவறவிடக்கூடாது என்ற எச்சரிக்கை அவனுக்குள் அதிர்ந்து கொண்டிருந்தது.

விடியும்போது ஹைவேயில் லோனாவலா வழியாகத் திரும்பிய ட்ரக்கில் எல்லோரும் தூங்கிக்கொண்டிருந்தார்கள். ராம்பியாரே மட்டும் இமை மூடாமல் முழு லாரியும் தன் உடல் என்பது போல, சிலைபோல அசைந்துகொண்டு, எதிரே சாலையைப் பார்த்துக்கொண்டிருந்தான்.

மணற்பரப்பில், சாய்ந்த இடத்திலேயே சுகமாகத் தூங்கிக்கொண்டிருந்த தேஜபலியைச் சுற்றி குனிந்து நின்று, சில குழந்தைகள் பரஸ்பரம் "ராக்கெட் தேஜபலி, ராக்கெட் தேஜபலி" என்று மெல்ல சொல்லிக்கொண்டே, ஊர்வலத்துக்கு மறுநாள் கரையில் வந்து விழுந்து கிடக்கும் குரூபமான விக்கிரகத்தைப் பார்ப்பதுபோல, காற்றுக்குப் பறந்துகொண்டிருந்த அவனுடைய முடியைப் பார்த்துக்கொண்டிருந்தார்கள்.

இரண்டு மாறுபட்ட உலகங்களின் இரகசிய சுதந்திரக் கயிற்று நுனிகளைப்போல தொலைவில் நின்றிருந்த கறுப்புத் தேள், புதிய ஒளிக்கதிர்களில் பளபளவென்று ஒளிர்ந்தபடி முதல் கிக்குக்காக காத்துக்கொண்டிருந்தது.

○○○

கேட் வே

ஞாயிற்றுக் கிழமையின் விடிகாலையாதலால் ஃப்ளோரா பௌண்டன் ஆள் நடமாட்டமில்லாமல் இருந்தது. வேலை நாட்களில் வாகனங்களாலும், தெரு வியாபாரிகளாலும் நெருக்கமாக இருந்த பார்க்கிங் இடங்கள் எல்லாம் காலியாக இருந்ததால் அந்த இடமே இப்போது மிகவும் விசாலமாக, பிரகாசமாக, புத்தம் புதியதாகத் தெரிந்தது. தினமும் சந்தைக்கூட்டமாக இருக்கும் நகரமே இப்போது குடும்ப நேரத்துத் தனிமையில் பனியனைப் போட்டுக்கொண்டு அமர்ந்திருந்தது. இந்தத் தனிமை தன்னால் சிறிதும் கலைந்துவிடக்கூடாது என்பதைப்போல மெல்ல சுதாம்ஷு நடந்தான்.

பிள்ளைகளைப் பள்ளிக்கு அனுப்பிக்கொண்டே "இந்த வயசில் வேலை போச்சுன்னு வீட்டில உக்காந்தா என்ன ஆகும்? வெளியே போ, போய் தேடு" என்று அதட்டிவிட்டு இஸ்திரி செய்த சட்டையைக் கையில் கொடுத்து "இதை போட்டுக்கிட்டு போ. பழைய நண்பர்களைப் போய் பார்த்து கேள் ..." என்று பலவந்தமாக காலையில் வெளியே தள்ளிய மனைவி பாலியின் சோர்ந்த குரல் காற்றில் இன்னும் இருப்பதுபோலத் தோன்றியது. பள்ளிக்குப் போன பிள்ளைகள் இருவரும், பேயறைந்தது போல உட்கார்ந்திருந்த அவனிடம் சொல்லத் தயங்கி அம்மாவுக்கு மட்டும் டாட்டா காட்டிவிட்டுப் போனார்கள்.

"யெஸ் ஜென்டில்மேன், உங்களைப் பற்றி சொல்லுங்க."

“அது இருக்கட்டும், எங்களுக்காக நீங்க என்ன செய்ய முடியும்?”

“அதெல்லாம் சரி. இப்ப நீங்க முன்புபோல சிறப்பாக உழைப்பீங்கங்கறதுக்கு கேரண்டி என்ன?”

“இவை எல்லாம் கால்நூற்றாண்டு பழைய சான்றிதழ்கள். இதை டைப் செய்த டைப்ரைட்டர்களை இப்போது மியூசியத்தில்கூட நாம பார்க்கமுடியாது. உங்க பேக்டரி மூடிய பிறகு கடந்த பத்து ஆண்டுகளில் நீங்க ஒன்பது இடத்தில ஒன்பது வகையான வேலைகளை செய்திருக்கீங்க. டு யூ நோ, வாட் தட் இட் ஷோஸ்? ஒரு எடத்துலயும் நீங்க நிலைச்சு நிக்கமாட்டீங்க. மிகவும் டெஸ்பரேட் ஆக நீங்க வேலையை மாத்தறீங்க.”

“பர்ஹேப்ஸ் சம்திங் ஈஸ் நாட் ரைட் வித் யூ, எங்களிடமும் நீங்கள் நிரந்தரமா இருப்பீங்கன்னு நாங்க எப்படி நம்ப முடியும்?”

“பன்முகத் திறமை சரி. ஆனால் எங்களுக்குத் தேவை ...”

“அதெல்லாம் சரி. எங்களால இப்ப இவ்வளவுதான் கொடுக்க முடியும்.”

“எங்கள் தேவைக்குத் தகுந்த மாதிரி நீங்க உழைக்கறீங்கங்கறத நாங்க உறுதிப்படுத்திக்கிட்ட பிறகுதான் ... அட ... அட ... புறப்பட்டுட்டீங்களே. இதுதான் உங்க தலை எழுத்து. உங்களுக்கு எது தேவைன்னு நீங்க முடிவு செய்யலை ...”

இந்தப் பழைய விக்டோரியன் கட்டிடங்கள் எல்லாம் சுதாம்ஷூவைத் திரும்பத்திரும்ப வெவ்வேறு வகையில், சிலநேரம் குட்டிக் கண்ணாடியை மூக்கில் வைத்துக்கொண்டு, மற்றொரு முறை எதிர் கோப்பையில் தாங்களாகக் கையை நீட்டி “சக்கரை எவ்வளவு?” என்று கேட்டு தேக்கரண்டியால் கலக்கிக்கொண்டு, இன்னொரு முறை எதிரில் சும்மா உட்கார வைத்து கைபேசியில் மணிக்கணக்காக புதிய காரில் இருக்கும் ஐந்தாவது கியரைப் பற்றி பேசிக்கொண்டு ... இதைத்தான் சொன்னேன். நேர்முகத் தேர்வுக்கென்று அனாதைத் தோற்றங்களில் காத்துக் கிடந்த, தன்வயதில் பாதியை மட்டுமே வயதாகக் கொண்ட இளைஞர்களையும் இளம்பெண்களையும் பார்த்து சுதாம்ஷூ அவர்களில் ஒருவனுடைய பாதுகாவலனைப்போல சில நேரம் உட்கார்ந்து அமைதியாக எழுந்து வந்ததும் உண்டு. அதிகாரிகளைப் பார்க்க வேண்டும் என்றதும் வரவேற்பாளர் “எங்கே இருந்து வருகிறீர்கள்?” என்று கேட்பார். ‘மிரா சாலை’ என்பான். அதற்கு அவள் “அது எந்த கம்பெனியில் இருந்து?” என்று சிரிக்கும் அந்த சிரிப்பிலேயே, அல்லது அவனுடைய சாதாரணமான முழுக்கை சட்டை, பேண்டின் ஓரத்து நூலைப்

பார்த்ததும் ஸிவிச் ஆஃப் செய்ததுபோல வேகமாக அவனிடம் அக்கறையை இழந்துவிடும் இளம் பேட்டியாளரின் கண்களில் ஒருவகையான புரியாத இயலாமையிலான உலகின் அடையாளம் இருக்கும். அப்படி என்றால் புதிய உலகின் தொடக்கம் எங்கே? எப்படி ?

இருபது ஆண்டுகளாக இதே போல சட்டை விற்பவர்கள், இங்கேயே விளையாட்டு சோப்பு நுரை நீர்க்குமிழிக் கருவி விற்பவர்கள், இங்கே இந்த காலண்டர் டைரி விற்பவர்கள் இப்படி இந்தப் பேட்டை அப்படியே இருக்கிறது. ஆனால் விற்கும் மக்கள் மாறி இருக்கிறார்கள், பொருட்கள் மாறுகின்றன. இதோ இங்கே மெல்ல தன் பெட்டிக்குள் கையை விட்டு உள்ளே இருந்து சாவிக்கொத்துகளை எடுத்துத் தொங்கவிடுகிறானே அவனை நான் இப்போது முதல் முறையாகப் பார்க்கிறேன். அவனுக்கும் நாற்பது தாண்டி இருக்கிறது. அவனுடைய நாற்பது ஆண்டுகளுக்கு என்ன பொருள். நரை படிந்த புருவங்களின் இந்தப் பெயர் தெரியாதவன் நாற்பது ஆண்டு களுக்கு முன் எந்தத் தொட்டிலில் சிசுவாக இருந்தான், எந்தக் கைகளால் எண்ணெய் நீராடினான், எந்தப் போட்டிகளில் ஓடினான், எந்தப் பெயர்களுடன் இருந்தான், எல்லாம் கடந்து, கடைசியாக இங்கே, இந்த மும்பையில், இந்த காலாகோடாவில், இந்த இரண்டே அடி இடத்தில் நின்றுகொண்டு, சின்ன பெட்டியைத் திறந்து சாவிக்கொத்தை விற்போம் என்ற முடிவை எப்படி எடுத்தான். அவன் முதல் முறையாக ‘கீசெயின் ஆப் கா நாம் கா கீசெயின்’ என்று கூவிய முகூர்த்தத்தில் நான் எங்கே என்ன செய்துகொண்டிருந்தேன் ? சுதாம்ஷு மெல்லத் தலையைத் தூக்கி கம்யூனிகேஷன் டவரைப் பார்த்தான். விடுமுறையில் இருந்த அந்த முப்பது மாடிகளின் சிகரம் - ஒரு அடங்கிய சமூகத்தின் சமாதியைப்போல நின்றிருந்தது. அதன் மீது வாய் திறந்து உட்கார்ந்திருந்த ஆண்டேனா டிஷ்கள் வானத்தை நோக்கி ஏந்திய பிச்சைப் பாத்திரம்போலத் தெரிந்தது. மேலே பார்த்துக்கொண்டு நின்ற சுதாம்ஷுக்கு திடீர் என்று தன் நேரத்திற்கு புதிய வடிவத்தை உருவாக்கும் பிரமை உண்டானது.

கீசெயின்காரனின் அருகில் முழங்காலிட்டு உட்கார்ந்து அவன் செய்கையைக் கவனித்தான். “க்யா சாப், புதிய கீசெயின் வேணுமா ? இல்லை பழைய கீசெயினுக்கு பெயர் பொறிக்க வேண்டுமா ? அல்லது ...” என்றவனுக்கு சுஷாம்ஷு ‘அதிர்ஷ்டத்தின் புதிய கதவுகளைத் திறக்கும் சாவி வேண்டும்’ என்றான். அதற்கு அவன் கலகலவென்று சிரித்து “எந்தப் படத்தின் வசனமப்பா இது ? போ சினிமாவுக்கு டையலாக் எழுது, கதவு திறக்கும்” என்றான். பிறகு “அரே பய்யா, (சகோதரா) புத்திசாலித்தனமா

பேசற. படிச்சவன் மாதிரித் தெரியுது. ஒரு கேள்வி கேக்கறேன். பதில் சொல்லு பார்க்கலாம்" என்றான். சுதாம்ஷு "சரி" என்றான். "அதோ பார் கேட் வே ஆஃப் இந்தியா தெரியுதில்லயா? அதில அந்த இந்தியாவுக்கு மாரோ கோலி (அதில அந்த இந்தியாவை கீழே தள்ளு) அந்த இந்தியா எங்க இருக்கோ தெரியாது. ஆனா கேட் வே இருப்பது நம்ம ரெண்டு பேருக்கும் தெரியுது. இப்ப நீ சொல்லவேண்டியது இவ்வளவுதான் - அது மும்பை கேட்டா இல்லை கடலுக்கு கேட்டா?" யோசிக்கத் தொடங்கிய சுதாம்ஷுவை "அவசரப்படாம பதில் தெரியும்போது சொல்லு, பரவால்ல. சிரமப்படவேண்டாம். வாங்கிக்க கட்டிங் சாய் குடி" (பாதி தேநீர்) என்று இறுக்கத்தைத் தளர்த்தினான். "இந்த வயசில எங்க வேலையைத் தேடுவ சாமி, முடி நரைக்கத் தொடங்கிய பிறகு யார் கண்ணுக்கும் நாம தெரியவே மாட்டோம். வா இங்க புட்பாத்துக்கு. உட்காந்து விற்பனை செய். எதையாவது விற்பனை செய்" என்று தெரு முழுக்க கையைக் காட்டினான்.

அப்போது நடைபாதைப் பெட்டிக் கடைகள் மெல்லத் திறக்கத் தொடங்கின. டாக்யார்டில் நங்கூரம் போட்ட படகுகள் கூலிக்காரர்களுக்கு வலைவீச கற்சிற்பங்கள் தூக்கம் கெட்ட முகங்களுக்கு லிப்ஸ்டிக் பூசிக்கொண்டு அப்பவே தூண்களுக்குப் பின்னால் வரத்தொடங்கின. அவர்களில் ஒருத்தி கீசெயின்காரனிடம் ஓடிவந்து தன் இடுப்பில் வைத்திருந்த சின்ன சாவிக்கொத்துக்கு ஒரு பதக்கத்தை வாங்கி, அதற்கு பெயரைப் பதித்துக்கொண்டாள். அவனோ "உண்மையான பெயரைச் சொல்லு. உண்மையான பெயரை." என்று அவளை கிண்டல் செய்துகொண்டே பெயரைப் பொறித்துக் கொடுத்தான். சுதாம்ஷுவின் பக்கம் பார்த்தவள் – சிறிது கௌரவத்துடன் "விருப்பமிருக்கா?" என்பதைப்போலப் பார்த்து, திரும்பி கீசெயின்காரனிடம் "தேறாத பார்ட்டி போலத் தெரியுது" என்று சிரித்துவிட்டு மறைந்துபோனாள். "இவள் அடைபட்ட கூண்டுக்கு சாவியே கிடையாது. ஆனாலும் இவளுடைய சாவிக்கொத்துக்கு திமிரப் பாரு" என்று கீசெயின்காரன் சிரித்தான்.

அவள் மறைந்துபோன பிறகு தூண்களுக்கு மேலே பழைய விக்டோரியா காலத்து சிங்க உருவத்து சிற்பங்கள் வாயிழந்து உட்கார்ந்திருந்தன. அவற்றின் வாய்களுக்கு நைட்டியின் ஹேங்கர்களைத் தொங்கவிட்டு மற்றொரு கடை தயாராகிக் கொண்டிருந்தது.

அப்படி எந்த ரகளை சச்சரவுகளும் இல்லாத இந்தப் பேட்டையில் எதையும் வாங்கிக்கொள்ளும் நேரம் போலும், என்னிடமிருந்து எதை வாங்க விரும்புகிறாய்? என் பள்ளி நாடக போட்டோ இருக்கிறது பார். அதில் நான் போஸ்ட்மேனாக

இருந்தேன். அந்த நாடகத்தில் கதாநாயகனாக இருந்த சந்திரகாசன் இதே ஊரில் எங்கேயோ இருக்கிறானாம். இந்த போட்டோவில் இருக்கும் மாயா எந்த ஊருக்கோ திருமணமாகிப் போனவள், மகப்பேறின் போது இறந்துவிட்டாளாம். அவளிடமும் அந்த போட்டோ இருந்தது. சந்திரகாசனிடமும் இருக்கிறது. எங்கள் ஊரின் அந்த ஸ்டூடியோவை என்றோ மூடிவிட்டார்கள். அதன் மீது ஒரு இரயில் பாலம் இப்போது இருக்கிறது. வி.டியிலிருந்து வாரத்திற்கு ஒருமுறை போகும் இரயில் அந்த பாலத்தின் மேல் போகும். ஆயிரம் மைல் தொலைவில் இருக்கும் அந்த ஊர் – வி.டி.யை ஸ்பரிசித்துக்கொண்டே இருப்பதுபோல எனக்குத் தோன்றுகிறது. இரயில்கள் மறைந்தாலும், இரயிலில் இருக்கும் முகங்கள் மறைந்தாலும் இந்தத் தண்டவாளம் மட்டும் எல்லா ஊர்களையும் இறுக்கமாகப் பற்றிக்கொண்டே இருக்கிறது பார். சொல், இந்த போட்டோவை வாங்கிக் கொள்வாயா? இன்னும் என் பிளாஸ்டிக் பையில் என் எல்லா சான்றிதழ்களையும் எடுத்து வந்திருக்கிறேன். அதை வைத்துக்கொண்டு செய்ய வேண்டியதை எல்லாம் இந்த நாற்பத்தி ஐந்து ஆண்டுகளில் செய்து முடித்துவிட்டேன். பார்க்க பயமூட்டுமளவுக்கு அவை பழையதாகிவிட்டன. ஒரு காலத்தில் எனக்குப் பெருமையையும், ஊக்கத்தையும் அளித்தவை இப்போது என்னைக் கேலி செய்கின்றன. புதியது எதையும் காணாததுபோல என்னை ஜடமாக்கி இருக்கின்றன அவை. கத்தரித்த முடி, நகங்களை அப்படியே வைத்துக்கொண்டது போல பயத்தையும் அசிங்கத்தையும் ஏற்படுத்தும் இவற்றைத் துறந்துவிட விரும்புகிறேன். இவற்றிலிருந்து விடுபட்டால்தான் இந்த கீசெயின்காரனைப்போல நானும் இந்தப் பேட்டையில் எல்லாம் செய்யலாம். மான அவமானத்தின் தொந்தரவுகள் இல்லாதவனாக எள்ளளவும் அகங்காரம் நெருங்கவிடாமல் லேசாகி புதியவனாக முடியும்.

இடைவேளைக்குப் பிறகு சினிமாவில் என்னவெல்லாமோ நடக்கிறது. தொலைந்துபோன பிள்ளைகள் கிடைக்கிறார்கள். வில்லன்கள் வாலைச் சுருட்டிக்கொண்டு மன்னிப்புக் கேட்கிறார்கள். அண்ணன் தம்பி ஒன்றாகிறார்கள். கதாநாயகியின் நோய் குணமாகிறது. அல்லது கிடைத்தவர்கள் மறுபடியும் தொலைந்து போகிறார்கள். நல்லவர்கள் போக்கிரியாகிறார்கள். ஹீரோ சிகரத்தின் நுனியில் உயிரை விடுகிறான். வேண்டாம் எனக்கு இது எதுவும் வேண்டாம். விபத்து தேவை இல்லை. அற்புதங்கள் நடக்கத் தேவை இல்லை. ஒரே ஒரு இடைவெளி மட்டும் கொடு போதும். பிறகு என் படத்தை நானே பார்த்துக் கொள்கிறேன். என்னைக் கண்மூடிக்கொண்டு காதலித்து, நம்பி, என் பின்னால், தன் சகல வசதிகளையும் துறந்து வந்து – இப்போது மீரா தெருவின் சின்ன தகட்டு வீட்டில் பத்து ஆண்டுகளுக்கு

முன்னால் வாங்கிய சல்வார் கமீஜ்களையும், பெட்ஷீட்களையும் தைத்துக்கொண்டு தியானத்தில் உட்கார்ந்திருப்பதுபோல உட்கார்ந்திருக்கிறாள் என் பாலி. அவள் வாழ்க்கையை மேம்படுத்தும் புதிய கல்வியைக் கற்பி. என்னைத் தள்ளு. என் நகரமே, என் நிர்வாணமே, எனக்காக நிழலைத் தந்த பகலே, பறக்க முடியுமளவுக்கு என்னை லேசாக்கு. கீசெயின்காரன் சொன்னதுபோல இந்தத் தெருவில் சிறிதும் தயக்கமில்லாமல் எதையாவது விற்கும் அளவுக்கு கருணைகாட்டு.

ஜகாங்கீர் ஆர்ட் கேலரியின் எதிரில் ஆள் நடமாட்டமற்ற படிகள் பல்லிளித்துக் கொண்டிருந்தன. “அப்படி என்றால் என்னை எதுக்காக அழைச்சிக்கிட்டு வந்தே?” என்று என் பாலியின் கண்கள் கேட்டுக்கொண்டே வந்திருக்கின்றன.

“அது எந்த கெட்ட நேரத்தில உன் ஜோக்குகளுக்கு மயங்கினேனோ நான்? என் வாழ்க்கையையே ஜோக்காக்கிக் கொண்டுவிட்டேன்.”

டி.வி. பார்த்துக்கொண்டிருந்த அம்மா பாபாரிக்கு சொல்லாமல், உடுத்திய நைட்டியிலேயே வீட்டைவிட்டு வந்தேன். திருடியைப்போல மாதக்கணக்காக என் துணைநகருக்குப் போகும் லோக்கல் இரயில்களைப் பார்க்க பயந்து முகத்தை மறைத்துக்கொள்வேன். நாம் ஒன்றாகப் பார்த்த படங்களின் டிக்கட்களை எல்லாம் பாதுகாப்பாக வைத்திருக்கிறேனே – அவை எனக்கு ஏதோ இனிமையானதை வலுக்கட்டாயமாக நினைவூட்டுகின்றன. உன் தொழிற்சாலையின் வேலை இருக்கும் வரை இனிமையானவற்றையே ஊகிக்க ஊக்குவித்தன. தொழிற்சாலை மூடிய அன்று நீ கலைந்த முடியுடனும் குடித்த கண்களுடனும் வந்தாய். அப்போது இந்த டிக்கட்கள் தங்கள் அர்த்தங்களை முழுமையாக இழந்துவிட்டன. படுக்கைக்குக் கீழே, கடவுள் படத்திற்கு அருகே, குட்டி ஸ்டூல் டப்பாக்களில் அவ்வப்போது தென்பட்டு அதிர்ச்சியுற வைக்கும் பொலிவிழந்த தாலிக்கயிறு மட்டும் வினோதமான உருவமில்லா வலுவை அளித்தது.

“பிடிவாதத்தை விடு சுதாம்ஷு. நானும் வேலைக்கு முயற்சி செய்கிறேன். நேர்முகத்தேர்வுக்கு போட்டுக்கொள்ள பக்கத்து வீட்டு சுக்லா அண்ணி தன் புதிய சல்வார் கமீஸை கொடுக்கிறாளாம். அவள் சொல்கிறாள் – நான் சல்வார் கமீஸில் சின்னவளாத் தெரியறனாம். இல்லைன்னா வயதான மாம்ஷிபாயியைப் போல தெரிகிறேனாம்.”

“சும்மா உன் பால்யத்தைப் பற்றியே பேசற. இப்போ ... இப்போ... நம் கண்ணுக்கு முன்னால் வளரும் நம் பிள்ளைகளின்

பால்யத்திற்கு என்ன செய்கிறாய்? கண்மூடித் திறப்பதற்குள் இந்தப் பிள்ளைகளின் வானத்து நீலம் கலைந்துவிடக்கூடாதல்லவா சுதாம்ஷு."

பிள்ளைகளைப் பெற்றது, அவர்களின் நோட்புக்குக்கு பைண்ட் போட்டு பெயர் எழுதிக் கொண்டாடியது. வீடு நிறைய பரப்பிக்கிடக்கும் அவர்கள் புத்தகங்கள், அழுக்கான சீருடைகள். தேர்வு அன்றே வயிற்றுவலி என்று விக்கி விக்கி அழுதுகொண்டே கடவுளுக்கு கைகூப்பிச் சென்ற சிறுவன். ஆறாவது பிறந்த நாளுக்குப் பின் எல்லாம் தெரிந்தவன் போல பரிசு வேண்டுமென்று தவறியும் வாய்விடாத சுட்டி... இவை எல்லாம் எந்த தினசரி தொடரின் எபிசோட்கள். இரவு படுத்தபின் கொஞ்சம் அதிகமாகவே பொலிவுடனும், அழகாகவும் தெரியும் பிள்ளைகளின் முழங்கால் காயத்து வடுக்கள், உண்மையா பொய்யா. இந்தப் பிள்ளைகளைவிடவும் சிறியவள்போல கால்களுக்கு நடுவே கையை நுழைத்துக் கொண்டு தலையணை, பாய்களின் தேவை இல்லாமல் படுத்திருக்கும் அவள் பாதி விடியலில் என்ன ஒரு தெம்பில் எழுந்து ஸ்டவ்வைப் பற்றவைத்து சமைக்கத் தொடங்குகிறாள்? நடு இரவில் தண்ணீர் வரும்போது எழுந்து டிரம்மில் பிடித்து வைத்து மூன்று நாள் துணியைத் துவைக்கிறாள். அப்போது அவள் மனதில் என்ன இருக்கும். வீட்டை விட்டு என் அறைக்கு நைட்டியிலேயே வந்தவள் என்னை வெளியே நிறுத்தி, பள்ளி நாட்டியத்திற்கு சலங்கை கட்டிய அதே மகிழ்ச்சியில் சரிகை பார்டரின் சிந்தடிக் சேலையை உடுத்திக்கொண்டு – திருமணத்தைப் பதிவு செய்யத் தயாரானாளே – பாலி... அந்த அழகான பாலியை அந்த நொடியில் காதல் அவசரத்தில் இந்த தினசரி குடும்பக் கிணற்றில் தள்ளிவிட்டேனா நான்? அது என்ன குருட்டுத் துணிச்சல் அவளுக்கு? இதே கேட் வே அருகே வந்து கடலைப் பார்த்துக் கொண்டே தனியாக வீரர்களைப்போல எல்லாவற்றையும் எதிர்த்து நின்றோமே. அது நடந்து பதினெட்டு ஆண்டுகளுக்குப் பிறகு, அதே கடல் இப்போது எதற்காக வேறு எதையோ காட்டுகிறது.

ரீகலுக்கு அருகே சாலையைக் கடக்க தயாரான சுதாம்ஷு பக்கத்தில் சிறிது தொலைவில் சரசரவென்று தெருவைக் கடந்த மனுஷியைப் பார்த்து சட்டென்று நின்றுவிட்டான். அட பாலி! ஓவல் மைதானத்தின் வழியாக தெருவில் தனியாக வந்த அவள் இந்த அறிமுகமில்லாத குறைந்த கூட்டத்தில் நடந்துகொண்டே தெருவைத் தாண்டி அந்தப் பக்கம் லியோபர்ட் கெஃபேயின் பக்கத்து சந்தில் கேட் வே பக்கமாக நடக்கிறாள். 'பாலி' என்று கூப்பிடவேண்டும் என்று நினைத்தான். தொண்டை அதைத் தடுத்தது. முதல் முறையாக பாலியை இப்படி அவள்

அறியாமலேயே எனக்கு சம்பந்தமே இல்லாத அவளுடையதே ஆன ஒரு நேரத்தில் பார்க்கிறேன். பதினெட்டு ஆண்டுகளுக்கு முன் என் கையைப் பிடித்து வந்த பாலி. அப்போது இங்கே கையைப் பிடித்துக்கொண்டு அலைவோம். அப்போது இந்த இடத்தின் அணு அணுவிலும் காதலர்களின் சந்திப்பின் அதிர்விருந்தது. ஆனால் அதே இடத்தில் இப்போது என் புரிதலுக்கு அப்பாற்பட்டு தன்னந்ததனியாக நடந்து போய் கொண்டிருக்கும் அவள் பாலி! அய்யோ யாரிவள். இது என்ன கொடுமையான தனிமையில் நடக்கிறாள். காலையில் புறப்படும்போது குக்கர் வைத்து, சுட்டியின் புத்தகங்களை பள்ளிப் பையில் வைத்து அவன் நிக்கருக்குள் கையை விட்டு சட்டையை கீழே இழுத்தவள், “திவாரிக்கு ஃபோன் செய். வேலை வேண்டியிருப்பது நமக்கு. ஒரு தடவை மட்டும் செய்தால் போதாது” என்று அதட்டியவள். இந்த வெயில் சுட்டெரிக்கும் பகலில் தன்னுடைய எந்த இயலாத மோகத்தில் நடந்து போகிறாள்?

நான் வீட்டில் மட்டுமே பார்த்து மங்கிய இந்த மஞ்சள் சேலை இந்தச் சூழலில், இந்த நடையில், மாறுபட்ட அலையென எனக்குள் எதையோ பொங்கவைக்கிறது. பாலி… என் அழகான பாலி… இந்த நொடியில் நான் உன்னை எப்படி அடையட்டும்… எப்படி உதவட்டும்… சுதாம்ஷு வெறுமையான நடையில் வெகு தொலைவிலிருந்தே பாலியின் பின்னால் நடந்தான். பாலி கேட் வே யை நெருங்கும் போது சுதாம்ஷுக்கு வேறு எதுவும் தெரியவில்லை. பாலி கேட் வே க்குக் கீழே சுற்றுலாப் பயணத்து பள்ளிச் சிறுமியைப்போல நின்றிருந்தாள். தலையைத் தூக்கி எதைப் பார்க்கிறாள்? கடலின் படபட காற்றுக்கு அவள் கூந்தல் பறந்தது.

குட்டியின் மூக்கு என்னுடையதைப்போல. சுட்டியின் கண் உன்னுடையதைப்போல. அவன் வலதுகையின் சிறிய அழகான கோணல் உன் வலது கையைப் போல. நம் இருவரிலிருந்து நம் இருவருக்குள் பிறந்த நேரம் இருக்கிறதே பாலி, அதற்கு வெளியே எதைத் தேடுகிறாய்?

இந்த பேட்டை, கட்டிடம், புறாக்கள், கீசெயின்காரன், கடல் உனக்கும் அப்படியே தெரிகிறதா? நம் குட்டியின் நெற்றி வியர்வையைப் போல. குளியலறையில் அம்மணமாக நின்ற சுட்டியைப்போல. ஷெல்ஃபில் இருக்கும் அந்த உன் சரிகைக் கரையின் சிந்தெடிக் திருமண சேலையின் மணத்தைப் போல – உனக்கும் எனக்கும் எல்லாம் ஒன்றே தெரிகிறதல்லவா? இந்த உலகமே நம் பிள்ளைகள் போலத்தானே? இந்த முழு உலகமே நம் பத்தடி சிறிய அறையில் அடங்குமல்லவா. சொல் பாலி. இதற்கு வெளியேயும் இருக்கிறதா? எனக்கு உன் வலுவைக்

கொடு பாலி. சொல் பாலி. இந்த கேட் வே க்கு கதவு இருக்கிறதா? இங்கே நீ இப்போது இருப்பதுபோல, இதோ இந்த நொடி, நம் குட்டி அவளுடைய இடத்தில், சுட்டி அவனுடைய இடத்தில் பயணித்துக்கொண்டு இருப்பார்கள்தானே. இங்கே சகல ஜீவன்களும் அப்படித்தானே? இந்த முழு உலகத்துடன் கூடாரம் போடும் வழியை இந்த கேட் வே நமக்கு அருள்பாலித்துக் கொண்டிருக்கிறதா?

சுற்றுலாப் பயணிகளுக்கு ஒரு மணி நேரம் கடலில் சுற்றிக்காட்டி வரும் வண்ணம் நிறைந்த லாஞ்ச் ஒன்று படிகளில் மோதியபடி அலைகளில் ஆடிக்கொண்டிருந்தது. சீட்டு வாங்கிக்கொண்டு குடும்பப் பயணிகள், ஜோடிகள் அதில் சேர்ந்துகொண்டார்கள். சீட்டை வாங்கிய கிளீனர் கை நீட்டி ஒவ்வொருவரையும் உள்ளே இழுத்துக்கொண்டான். பாலி மெல்ல படி இறங்கி சீட்டை வாங்கி லாஞ்சை நெருங்கினாள். நீட்டிய கையைப் பிடித்து சட் என்று தாவி தன் பயத்திற்கு தானே மெல்ல சிரித்து உள்ளே நுழைந்து வண்ணத்து இருக்கையில் அமர்ந்தாள். எல்லோரும் கூட்டமாக, ஜோடியாக இருந்தால் பாலி மட்டும் தனியாக இருந்தாள். எங்கேயோ தொலைவில் பார்த்துக்கொண்டிருந்தாள்.

கேட் வே தடத்திலிருந்து விலகிய லாஞ்ச் கடலுக்கு தன்னுடையதே ஆன குட்டி குட்டி புதிய அலைகளை நுரை நுரையாக கொடுத்தபடி விலகி நகரத் தொடங்கியது. அது திரும்பி வருவதற்காக காத்துக்கொண்டு நின்ற சுதாம்ஷு மெல்ல, இப்போதுதான் உதயமான ஒரு புதிய உலகத்தை ஒரு குழந்தையின் கண்களால் பார்க்கத் தொடங்கினான்.

○○○

டிக் டிக் நண்பன்

விலே பார்லேக்கு மேற்கில் எஸ்.வி.தெருவுக்கு ஒட்டியிருக்கும் பிரபலமான நானாவடி மருத்துவமனைக்காரர்கள் தங்கள் கட்டிடத்தின் முன்பகுதித் தரையின் கீழ்தளத்தில் டெலிவிஷன் ஸ்டூடியோ ஒன்றை அமைத்திருந்தார்கள். பல டி.வி. வாகினிக்காரர்கள் தங்கள் 'க்விஸ்', 'அந்தாட்சரி' போன்ற நிகழ்ச்சிகளின் படப்பிடிப்பிற்காக இதைப் பயன்படுத்திக்கொள்கிறார்கள். அதனால் மருத்துவமனை வளாகத்தில், நோயாளிகள் மற்றும் நோயாளிகளின் உறவினர்களுடன் இந்த 'க்விஸ்' நிகழ்ச்சியில் பங்குபெறும் குழந்தைகளும், ஆசை மிக்க அவர்களுடைய பெற்றோர்களும் சேர்ந்து ஒரு வினோதமான கலவையாக இருக்கும். சக்கர நாற்காலிகளையும், நோயாளிகளையும், ஓ.பி.டி. வரிசைகளையும் கண்டு, இந்த க்விஸ் பெற்றோர்களுக்கு ஏதோ ஒரு வகையான சங்கடம் ஏற்படும்போது, சுறுசுறுப்பாகத் தலையை வாரிக்கொண்டு வரும் புத்திசாலிப் பிள்ளைகளை ஒருவகையான முரட்டுப் பெருமையில் அவ்வப்போது தடவிக்கொடுத்துக்கொண்டே உட்கார்ந்திருக்கும் பெற்றோர்களைப் பார்த்து நோயாளிகளுக்கு புதிய உற்சாகம் ஏற்படும். 'நிலக்கடலை விளைச்சல் செய்யும் அமெரிக்க ஜனாதிபதி யார்?', 'சைனாமன் – இது எந்த விளையாட்டில் பயன்படுத்தும் வார்த்தை?' – போன்ற கேள்விகளுக்கு பதிலை மறந்து, சிந்தனையில் ஆழ்ந்து மறுபடியும் தங்கள் 'பொது அறிவு' புத்தகங்களை புரட்டிப் பார்க்கும் இளம்

பிள்ளைகளுக்கு கைகூடாத கவனத்தை அவ்வப்போது துயரத்துடன் அலறிக்கொண்டுவரும் ஆம்புலன்ஸ்கள் நிலைகுலைய வைக்கும். அதிலிருந்து இறக்கப்பட்ட நோயாளி சக்கரங்கள் பொருத்தப்பட்ட படுக்கையில் சோர்வோடு படுத்துக்கொண்டு 'எமர்ஜென்சி' என்று சிகப்பாக எழுதி இருக்கும் கதவுக்குள்ளே போவதையே பயந்த கண்களுடன் பிள்ளைகள் பார்க்கும். 'அந்தப் பக்கம் பார்க்க வேண்டாம்' என்று சில தாய்மார்கள் குசுகுசுத்தால், 'சிப்ஸ் வேணுமா?' என்று சில அப்பாக்கள் திக்குவார்கள். தினமும் நான்கோ ஐந்தோ பாகங்களை படப்பிடிப்பு நடத்துவார்கள். சிகரெட் புகைப்பதற்கென்று காற்றோட்டமாக வெளியே வரும் டி.வி குழுவின் புகைப்படக் கலைஞர்கள், உதவி இயக்குனர்கள் மற்றும் ரௌண்ட்ஸில் இருக்கும் வெள்ளைக் கோட்டின் இளம் மருத்துவர்கள், செவிலியர்கள் எல்லோரும் இங்கே கலந்து விடுகிறார்கள்.

ஓடிக்கொண்டே வந்து மதுபனி இந்தக் கூட்டத்தில் சேர்ந்தபோது அவளுடைய அப்பா சோகன்லால் வேகத்தை இழந்து இயலாமையால் பின் தங்கிவிட்டார். புசாவல்லிருந்து வந்த இரயிலிலிருந்து காலையில் தாதர் நிலையத்தில் இறங்கி, அங்கே ஓய்வறைக்குப் பணம் அழுது அவசரமாக காக்கா குளியல் போட்டு, அங்கே இருந்து லோக்கல் இரயிலைப் பிடித்து 'நானாவடி மருத்துவமனை எங்கே?' என்று கூட்டத்தில் கேட்டுக்கொண்டே பார்லா நிலையத்தில் இறங்கி, 'இங்கே இருந்து பத்து நிமிஷம் தான்' என்று 'சாய் கடை'க்காரன் சொன்னதால், விறுவிறு என்று நடந்து நடந்து அப்பாவும் மகளும் வந்து சேர்ந்தார்கள். இரயிலில் 'நானாவடி மருத்துவமனை' என்றவுடன், 'யாருக்கு உடம்பு நலம் சரியாயில்லை?' என்று ஒருவர் கேட்டபோது, சோகன்லால் "அப்படி ஒன்றும் இல்லை, அங்கே ஜோனல் அளவிளான டி.வி. க்விஸ் இருக்கு. என் மகள் மிகவும் புத்திசாலி... எங்கள் தாலூக்காவின்..." என்று சொல்லிக்கொண்டிருக்கும் போதே ஏதோ நிலையம் வந்து, 'சலோ... சலோ... உத்ரோ... உத்ரோ... அட... குறுக்கால எதுக்கு நின்னுட்டிருக்கீங்க...' என்று அலறிக்கொண்டே தள்ளி அக்கம் பக்கத்துக் கூட்டத்தில் மாயமாகி, அந்த இடத்தில் அதே மாதிரியான புதிய கூட்டம் அதே வேகத்தோடு புதிய மூக்கு, புதிய கண்களுடன் வந்து நின்றுவிட்டன. நானாவடி நெருங்கியதும் மதுபனி 'நேரமாயிடுச்சு, நேரமாயிடுச்சு' என்ற திகிலுடன் ஓடினாள். நீல நிற பிளாஸ்டிக் சூட்கேஸைப் பிடித்திருந்த சோகன்லால் 'ஏ, மெல்ல' என்று இரண்டு அடி ஓடியவர் தெம்பில்லாமல் ஒருவகையான ஸ்லோமோஷனில், நானாவடியின் கேட்டில் நுழைந்த மகளைப் பார்த்துக்கொண்டே 'மது, போய் பெயரைப் பதிவு செய்' என்று கூவினார்.

மகிழம்பூ மணம்

தனது பெயரைப் பதிவு செய்துவிட்டு வெளியே வந்த மதுபனி நடைபாதையில் ஊதா சூட் கேஸ் மீது உட்கார்ந்து கைக்குட்டையால் கழுத்தைத் துடைத்துக்கொண்டிருந்த அப்பாவிடம் "கவலைப்படாதே இன்னும் நேரம் இருக்கு" என்பதைப்போல சைகை செய்தாள். "நேரமிருந்தால் ஏதாவது சாப்பிடு மது, காலையில் அவசரத்தில் ஒன்றும் சாப்பிடவில்லை நீ" என்றார் சோகன்லால். இருவரும் மெல்ல வார்டுகளுக்கு பக்கத்திலேயே இருந்த கேன்டீனுக்குப் போனார்கள். மருத்துவமனை கேன்டீனுக்கு அதற்கே உரிய ஒரு மென்மை யான குணம் இருக்கும். சாதாரணமாக மற்ற ஓட்டல்களில் இருக்கும் ஒருவகை பேய்ப் பசி கொண்டவர்களின் வேகம் இங்கே காணப்படுவதில்லை. பெரிய ட்ரேயில் தோசையையோ, பெரிய பூரியையோ பிடித்த சர்வர் தூரத்தில் தெரியும்போதே 'இது என்னுடையது' என்று நினைக்கும் அவசரத்தின் முகம் அனிச்சையாக விரிந்து பரவும் நரம்புகள் இங்கே குறைவு. நோயாளிகளின் தர்மாசை நிறைத்துக்கொண்டு, அவர்கள் ஒப்புக்குத் தின்று 'நான் இல்லாதபோது, அங்கே டாக்டர் ரௌண்ட்சுக்கு வந்து போய்விட்டால்' என்ற ஆதங்கத்தில் ஓடிப்போகிறவர்களே அதிகம். மதுபனி தோசை தின்றாள். அதே மேசையில் எதிரில் ஒரு களையான இளைஞன் வெகு நேரமாக உட்கார்ந்திருந்தான். மதுபனியை "நன்றாக இருக்கிறதா?" என்று கேட்டான். "அப்படி என்றால் நானும் அதையே சாப்பிடுகிறேன்" என்று சர்வரை தனக்கும் ஒன்று எடுத்துவரச் சொன்னான். பிறகு மதுபனி மற்றும் அப்பா சோகன்லால் இருவர் பக்கமாகப் பார்த்து "க்விஸ்?" என்றான். அவனுடைய பொலிவான கண்கள் கேள்வியாகக் குறுகிய போது சிறிது மங்கலானது. அவன் பல நாட்களாக இந்த மருத்துவமனையில் இருப்பவன் என்பதைப்போல இருந்தது அவனுடைய இயல்பான நடை. "இன்று உங்கள் க்விஸுக்கு முக்கிய விருந்தாளி யார்? நேற்று ஷாருக்கான் வந்திருந்தானாம். எங்கள் வார்டில் இருந்த பிள்ளைகள் மகிழ்ச்சியாக சொல்லிக் கொண்டிருந்தார்கள். அவன் மருத்துவமனைப் பிள்ளைகளைப் பார்க்க வருகிறான் என்று யாரோ செய்தியைப் பரப்பியதால் பாவம் அவர்கள் காத்துக்கொண்டிருந்தார்கள்" என்றவன் தன் பேச்சின் வேகத்தில் இவர்களுக்கு எல்லாம் சங்கடம் ஏற்படுமோ என்பதைப்போல கொஞ்சம் தோரணையை மாற்றி "பரிசு என்ன? தாஜ்மகால் ட்ரிப்பா அல்லது கிலோ கணக்காக சாக்லேட்டா?' என்றான். சோகன்லால் இதுதான் தருணம் என்பதைப்போல "பரிசுக்கு பதில் ரொக்கம் கேட்டால் கொடுப்பார்களா?" என்று கேட்டார். அதற்கு அவன் கேன்டீனின் கல்லாவுக்குப் பின்னால் இருக்கும் "நோ கைன்ட், ஒன்லி கேஷ்"

என்ற போர்டைக் காட்டி "ஓ, அதை அப்படியே உண்மை என எடுத்துக்கொண்டீர்களா ?" என்று சிரித்தான். மதுபனிக்குத் தெரியும் அப்பாவுக்கு இது பிடிக்காது என்று. ஒருவேளை வேறு எங்காவது வேறு யாராவது இப்படி அதிகப் பிரசங்கித்தனமாகப் பேசி இருந்தால் அவளுக்கும் எரிச்சலாக இருந்திருக்கலாம். ஆனால் இந்த மருத்துவமனைக்குரிய நீளமான அங்கியில் இருந்த அவனுடைய செயல் எளிமையாகவும் சகித்துக்கொள்ளும் படியாகவும் தோன்றியது.

"இப்போது முதலில் என் ஒரு க்விஸுக்கு நீ பதில் சொல்ல வேண்டும் சரியா? நான்கு ஆப்ஷன் கண்டிப்பாக உண்டு. பயப்படவேண்டாம், முதல் கேள்வி - என் பெயர் என்ன? பதில்களின் ஆப்ஷன்: ஏ. சந்தானம், பி. ஜாய், சி. புத்தூராம், டி. மகரந்தன். கமான் சீக்கிரம். உன் நேரம் இப்போது ஆரம்பமாகிறது, சொல் அதிகம் யோசிக்க வேண்டாம். சும்மா சொல்லு..." என்றவன் அவன் வாயால் டிக் டிக் டிக் என்று கடியாரச் சத்தம் செய்தான். மதுபனி உண்மையாகவே யோசனையில் ஆழ்ந்தாள். அவனுடைய உருவத்திற்கும் அவன் சொன்ன பெயர்களுக்கும் பொருத்தம் இருக்கிறதா என்று பார்த்தாள். பத்தாவது வகுப்பில் இருக்கும் தன்னைவிட கண்டிப்பாக பத்து - பதினைந்து வயது பெரியவனாக இருக்கக்கூடிய இந்த சுறுசுறுப்பான மனிதன் 'புத்தூராம்' ஆக இருக்க முடியாது. இவன் பொலிவான கண்களுக்கும் சுட்டியான கைவிரல்களுக்கும் என்னமோ சந்தானம் என்ற பெயர் ஒத்துப்போவதில்லை. (சீக்கிரம்... சீக்கிரம் சொல்லு... உன் நேரம் முடியப்போகிறது...) இனி இருப்பது ஜாய் மற்றும் மகரந்தன். ஜாய் ஏதோ ஐஸ்க்ரீம் போல இருக்கிறது அல்லது டைலர் கடையைப்போல இருக்கிறது. அந்த நீல நிற நீள அங்கியில் சிறிது வெளுத்த நிலையில் தோசையைத் தின்னும் இவன் தோரணைக்கு மகரந்தன் பெயர்தான் சரியாக இருக்கும். சரி, டி. மகரந்தன். "ஓ, சாரி, என் பெயர் புத்தூராம். உண்மையாகவும்." அப்பா அவசரமாக எழுந்து நின்றார் ... மதுபனி சலிப்புடன் "இல்லை உங்கள் பெயர் புத்தூராமாக இருக்காது" என்றாள். "ஏன் ? நான் புத்தூராம், செல்லமாக மக்கள் என்னை புத்தூ என்பார்கள். ஏன் நன்றாக இல்லையா?" என்று அவன் மேசை மேல் கைதுடைக்க வைத்திருந்த டிஷ்யூ காகிதத்தால் ஒரு சிறிய கப்பல் செய்து அவளுடைய கையில் வைத்து "உன் க்விஸை என்ஜாய் செய். க்விஸ் கேள்விகள் இருப்பதே ஆனந்தப்படுவதற்கு. அங்கே பார், என்கொயரி - விசாரணை என்று எழுதி இருக்கிறதல்லவா, அங்கே யாரும் எந்தக் கேள்வியையும் என்ஜாய் செய்யக் கூடாது. ஆனால் க்விஸில் சும்மா என்ஜாய் பண்ணலாம். இங்கே கேன்டீனில் 'திங்க என்ன

மகிழம்பூ மணம்

இருக்கிறது?' என்று கேட்கிறோமே அப்படி, ஒரு கேள்வியை என்ஜாய் செய்ய, பதில் தெரிந்திருக்க வேண்டிய அவசியம் கிடையாது, யாருக்குத் தெரியும்... பதில் தெரிய வரும்போது அந்த மகிழ்ச்சியே போய்விடலாம், ஆம்... உன்னுடன் ஒரு வேண்டுகோள், ஒருவேளை உன் க்விஸுக்கு கரீனாகபூர் விருந்தாளியாக வந்தால், அவளுடைய கையெழுத்தை இந்தக் கப்பலில் வாங்கிக்க... எனக்கு அவள் என்றால் பைத்தியம் - இந்த உலகத்தின் பௌர்ணமியை தனக்குள் ஒளித்துவைத்துக் கொண்டிருக்கிறாள் அவள்! அதற்குத்தான் எவ்வளவு இருட்டு, சுற்றிலும்! அவள் சிரித்தால் போதும் வாஹ்! ப்ளீஸ் டியர் அவளுடைய கையெழுத்தை இதில் வாங்கிக்கொள்... எனக்காக..." என்றான். அப்பாவின் கையிலிருந்த பில்லை வாங்கிக்கொண்டு "வேண்டாம் என்று சொல்லவேண்டாம், இது என் வாழ்த்துக்களுடன்" என்றான். சோகன்லால் இயலாமை யால் விருந்தை ஏற்றுக்கொள்பவர்போல "தேங்க்ஸ் உங்களுக்கு சீக்கிரமாக குணமாகட்டும்..." என்று தடுமாறினார். அப்பாவின் கையைக் குலுக்கிக்கொண்டே எழுந்து நின்ற புத்தூராம் - மதுபனியின் தலையைத் தடவி "மனதிலிருந்து நினைவுகளை அழித்துவிடும் நோயின் பெயர் என்ன என்று கேள்வி வந்தால் பதில் அல்ஜெமைர்ஸ் நோய்" என்றான்.

அப்பாவுடன் ஸ்டூடியோ வந்து சேர்வதற்குள் மதுபனியின் மனது விசித்திர்மான வகையில் பளிச்செனத் தெளிவானது. யார் இவன் புத்தூராம்? மதுபனிக்கு அந்தப் புத்தூராமனுக்கு முன்னால் அந்த மேசையின் மேல், தோசையைத் தின்று கொண்டே தன்னை பிறந்த குழந்தையைப்போல உணர்ந்தாள். அவன் எவ்வளவு முழுமையாகப் பேச்சில் மூழ்கியிருந்தான். அப்பாவுக்கு என்ன தோன்றியதோ "பாவம்... மிக புத்திசாலி யாக இருக்கவேண்டும்... இந்த சின்ன வயசில எப்படிப்பட்ட நோய் பார்... நோயின் பெயர் என்ன சொன்னான் அவன்? நினைவிருக்கிறதா? நினைவு படுத்திப் பார்... கேள்வி வந்தாலும் வரலாம்" என்றார், அவன் அந்த நோயின் விவரத்தை சொன்ன வுடன் அவனுக்கு அதுதான் என்று நாங்கள் இருவரும் தவறாகப் புரிந்துகொள்கிறோமோ என்று மதுபனிக்கு வருத்தமாக இருந்தது. அவன் தலைமுடி மிகவும் மெலிதாக இருந்தது. ஸ்டைல் என்று அப்படிச் செய்து கொண்டிருக்கிறானா இல்லை மருந்தின் தீவிரத்தினால் நேர்ந்த விளைவா, ஆனால் அதனால்தான் அவன் பொலிவு அதிகமானது போலத் தோன்றியது.

ஸ்டூடியோவில் எல்லாமே படுவேகத்தில் நடந்து கொண்டிருந்தது. பார்வையாளர் கூட்டத்தில் உட்கார்ந்திருந்த

பெற்றோர்களை எழுப்பி, அவர்கள் உயரம், ஆடைகளின் வண்ணங்களைப் பொறுத்து 'யூ, நீங்கதான், ப்ளூ ஷர்ட் அந்தப் பக்கம் போங்க... யூ... மஞ்சள் துப்பட்டா, இந்தப் பக்கம் வாங்க...' இப்படி எல்லோரையும் கலந்து உட்கார வைத்தார்கள். மதுபனிக்கோ இப்படி அதிக ஒளிரும் விளக்குகளை உற்று நோக்கிப் பார்த்தால் போதும் மறுபடி எதுவும் தெரிவதே இல்லை. புத்தூராம் சொன்னது உண்மை, முழு உலகமே இருண்டிருக்கிறது... கடந்த ஐந்து மாதங்களாக இந்த க்விஸுக்காக தான் நடத்திய தொடர் வாசிப்பு, பிரமிட்களின் உயரங்கள், மொகஞ்சதாரோவின் சின்னங்கள், நாகசாகியின் மேல் போட்ட அணுகுண்டின் எடை... எல்லாம் இருட்டில் இருக்கிறது. அந்த தங்க அழகி கரீனாகபூர் வந்து புன்னைகைத்து பௌர்ணமியை சிந்தி எல்லாவற்றையும் காப்பாற்ற வேண்டும். புத்தூராம் எங்கள் இருவரின் பெயரையும் கேட்கவே இல்லை. உடலோடு தைத்திருக்கவேண்டும் என்பதைப்போல ஜீன்ஸ் உடுத்தியிருந்த ஒருத்தி இப்போது நெறிமுறைகளை சொல்லத் தொடங்கினாள். பெற்றோர்கள் இருக்குமிடத்திலேயே இருந்து அசையாமல் தம்ஸப் சைகை செய்தோ, காற்றில் கையைமூடிக்கொண்டு குத்தியோ, வகைவகையான தோரணைகளில் தங்கள் போட்டியாளர்களை உற்சாகப் படுத்தினார்கள். சோகன்லால் அருகிலேயே ஒரு பிரகாசமான விளக்கு மேடைப்பக்கம் முகம் பார்த்துக்கொண்டிருந்ததால் மதுபனிக்கு அவர் முகம் தெளிவாகத் தெரியவில்லை. எங்கெங்கோ ஓரிரு பூதாகார டி.வி திரைகள் இருந்தன. அதில் எல்லோர் முகங்களும் அவ்வப்போது வந்துபோகும். இருப்பதிலேயே புதியதைத் தேர்ந்தெடுத்து ஒரு வாரமாக கஞ்சி போட்டு, இஸ்திரி செய்து காலை யிலேயே தாதரின் அழுக்கான ஓய்வறையில் கவனத்துடன் போட்டுக்கொண்ட மதுபனியின் ஆடை லோக்கல் இரயிலில் இடிபாடுகளுக்கு நடுவே சுருங்கிப்போயிருந்தது. மற்ற போட்டியாளர்கள் எல்லாம் ஒரு சுருக்கமும் இல்லாத ஆடை களில் பளபளவென்று மின்னிக்கொண்டிருப்பதைப்போல அவளுக்குத் தோன்றியது. எல்லோர் முகத்திலும் ஒரு பீதி கலந்த புன்னகை இருந்தது. 'இது போதும், இதற்கும் மேல் நெருங்கி வருவது வேண்டாம்' என்பது போன்ற இலட்சுமண கோட்டைப்போல அந்த சிரிப்பு இருந்தது. மதுபனிக்கு என்னமோ திரும்பவும் மருத்துவமனையின் கேன்டீனுக்கு ஓடவேண்டும் போலத் தோன்றியது. எவ்வளவு வலி, நோய், வேதனை, பயங்கள் மடியிலேயே இருந்தாலும் அந்த மருத்துவமனையின் கேன்டீன் எவ்வளவு ஆறுதலாக இருந்தது, அல்லவா! அங்கே பரிமாறுபவர்களுக்கும் செவிலியரின் குணம் இருப்பதுபோலத் தெரிந்தது. அங்கே பெட்டிகளில் இருந்த இனிப்புகள் அருவருப்பாகத்

தெரியவில்லை. பரவலாக இருந்த வேதனையின் உணர்விலேயே தனிப்பட்ட தாகம் மற்றும் பசியை உபசாரத்தின் எல்லையைத் தாண்டாமல் மெல்லத் தணிக்கும் இடமாக இருந்தது அது... முழு உலகமே அப்படி இருக்க வேண்டுமல்லவா?

எல்லா விளக்குகளும் எரிந்தன. தெளிவற்று இருந்த உலகமும் இருட்டில் மூழ்கியது. அந்த இருட்டு குளத்திலிருந்து கைதட்டல் சத்தங்கள் அவ்வப்போது அலையலைகளாக எழும்பிக் கொண்டிருந்தன. க்விஸ் மாஸ்டர் வண்ண வண்ணக் கோட் அணிந்து சர்க்கஸ் ரிங் மாஸ்டர் போல பொய்யான உற்சாகத்தில் அலையலையாகப் பொங்கிப் பேசினார். மதுபனிக்கு தன் பெயரைச் சொல்லும்போது 'அழகான பெயர் மதுபனி! இந்தப் பெயர் எதற்கு புகழ்பெற்றது' என்றொரு கேள்வியைக் கேட்டார். தன் பெயரைப் பற்றி தானே பேசுவதில் அவளுக்குத் தயக்கமிருந்தது. வெட்கத்தால் அவள் சொல்வதா வேண்டாமா என்று தயங்கிய போது அக்கம் பக்கத்து போட்டியாளர்கள் கையைத் தூக்கினார்கள். 'அது ஒரு வகையான நாட்டுப்புற ஓவியக் கலை,' 'ஆதிவாசிகளின் ஓவியக் கலை' என்று பெரிய கைதட்டலுக்கு இடையே சொல்லி புல்லரித்துப்போனார்கள். மதுபனிக்கு சிரிப்பு வந்தது. 'தெரிந்திருந்தும் சொல்லாமல் போனாளே முட்டாப்பய பிள்ளை' என்று சோகன்லால் தலையில் அடித்துக் கொண்டார். பத்தாவது வகுப்புக்கு படிக்கிறாள் என்று அவளுக்கு ஒரு செகண்ட் ஹேண்ட் சைக்கிள் வாங்கிக் கொடுத்தது வீணானது என்று நினைத்தார். புத்தூராம் போட்டியாளனாக இருந்தால் இந்த க்விஸ் மாஸ்டர் அந்தப் பெயருடன் என்னென்ன விளையாட்டுகளை எல்லாம் விளையாடியிருப்பாரோ என்னமோ என்று மதுபனி ஊகிக்கும் முன்பே கேள்விகள் தொடங்கின... சுற்றுகள், பஸ்ஸர் ஒலிகள், எண்கள், சரியான பதில், தவறான பதில், ஊகமா? உறுதியாக? உங்கள் நேரம் தொடங்குகிறது டிக்... டிக்... டிக்... போன்றவை நடந்தன. மாஸ்டரின் ஆங்கிலமோ காதுக்குள் இருள் சூழ்வதுபோல இருந்தது. மதுபனி அழகாக பதில் சொல்லிக் கொண்டிருந்தாள். மாஸ்டர் வெகு வேகமாக 'மதுபனி... இப்போது உனக்கு ஒரு சிறப்பான கேள்வி.. போபால் கேஸ் விபத்தில் ஆயிரம் பேர் இறந்தார்கள் அல்லவா அந்த தேதி என்ன? அது நடந்தது நடு இரவிற்குப் பின். நேரத்தை சொல்லத் தேவை இல்லை தேதியைச் சொன்னால் போதும். இப்போது நேரம் தொடங்குகிறது – ஏ. செப்டம்பர் 16, பி. ஆகஸ்ட், சி... மதுபனிக்கு மயக்கம் வருவதுபோல இருந்தது. போபால் கேஸ் என்றதும் அந்த விஷம் படிந்த இரவு... அந்த அடர்ந்த அமைதி... பக்கத்து வீட்டு ஜோத்ஸ்னா அண்ணி மற்றும் அவள் மகள் சேஜல்

கண்முன் வந்தார்கள். அந்த இரவு போபால் இரயில் நிலையத்தில் அவர்கள் இரயிலிலிருந்து இறங்கவேண்டி இருந்தது. ஆனால் நஞ்சு அமிலம் காற்று வீசிய திசையில் பறந்து வந்து முழு இரயிலும் சவப்பெட்டிகளாக நிலையத்தில் அமைதியாக நின்றிருந்தது. ஓடிக்கொண்டிருந்தவர்கள் ஓடிக்கொண்டே விழுந்தார்கள். இறங்கிக்கொண்டிருந்தவர்கள் இறங்கியபடியே விழுந்தார்கள்... பச்சை டெம்போவின் பின்னால் வெள்ளைத் துணியால் சுற்றி இருந்த ஜோத்ஸ்னா அண்ணி மற்றும் எட்டு வயது சேஜல் உடலை இறக்கும்போது உலகம் முழுவதும் ஒடுங்கி இருந்தது. சில நொடிகளின் அந்த மௌனத்தை உடைத்தது ஜோத்ஸ்னா அண்ணியின் கணவன் பாவேஷ்பாயின் ரௌத்திர ரோதனை. வெள்ளைப் போர்வையின் மேலே இருந்தே உள்ளே நெற்றி, மூக்கு, தாடை, தலைகளை மேலும் மேலும் தடவி அழுதுகொண்டே இருந்தன அவன் விரல்கள். குட்டியின் உடலை அவன் மடியிலிருந்து பறித்துக்கொண்டு போகவேண்டியதாயிற்று. பாவேஷ்பாய் இரண்டு கைகளையும் வானத்தை நோக்கி நீட்டி அழுது கொண்டிருந்தான்.

'லைட்ஸ் ஆஃப்', 'தண்ணி கொண்டாங்க தண்ணி...', 'காத்து வர வழி விடுங்க' என்ற சத்தங்களுக்கு இடையே மதுபனி கண் திறந்தபோது அவளை ஒப்பனை அறையின் சோஃபா மேல் படுக்கவைத்திருந்தார்கள். அப்பா "காப்பி குடிக்கிறயா?" என்றார். "ச்சே அந்த ஒரு கேள்விக்கு பதில் சொல்லி இருந்தால் முடிந்தே போயிருக்கும். சிற்றுண்டியை சரியாக சாப்பிடுன்னு எத்தனை தடவை சொன்னேன். இப்பப் பார், ஜோத்ஸ்னா அண்ணி இறந்த நாள் எப்படி உனக்கு நினைவுக்கு வராமல் போனது?" என்று தோல்வி படர்ந்த மெல்லிய குரலில் கோபித்துக் கொண்டார். "ஜோத்ஸ்னா அண்ணி... சேஜல்..." என்ற வெளிறிய உதடுகளுடன் மதுபனி விக்கி அழுதாள். "அவர்கள் போய் ஆறு ஆண்டுகளாகிவிட்டது... இயலாமையால் அந்த பாவேஷ்பாயின் கையைப் பிடித்துக்கொண்டு இழப்பீட்டுத் தொகைக்காக எரியும் வெயிலில், க்வாலியர், ஜபல்பூர், ஜான்சி என்று அலைந்தவன் நான். சொந்தக் காசை செலவு செய்து அலைந்தேன். அந்த மடையன் பாவேஷ்பாயை மோசம் செய்து பாதிப் பணத்தை அடிக்க சதி செய்கிறேன் என்று மக்கள் பேசிக் கொண்டார்கள். பாவேஷ்பாயும் பேசினான். என்னிடம் ஒரு வார்த்தையும் சொல்லாமல், தப்பித்துக்கொண்டு திரிந்தான். இப்போது வேறு யாரோ திருடர்களைக் கட்டிக்கொண்டு இழப்பீட்டுத் தொகைக்காக இன்னும் அலைந்து கொண்டிருக்கிறான். அழவேண்டியவன் நான்... நான்... நீயல்ல. அவமானம் என்றால் என்னவென்று உனக்குத் தெரியாது. நல்ல நிலையில்

முடிவை நோக்கி வந்திருந்தாய்... வெற்றி அடைந்திருக்க வேண்டியவள் நீ..." என்று சோகன்லால் பரிதவித்தார். அவர் வேதனைக்கும், கோபத்திற்கும் நடுவே இடைவெளியே இல்லை. அதற்குள் வேறு நிற கோட்டுடன் அங்கே வந்த மாஸ்டரிடம் "மற்றொரு வாய்ப்பு கொடுங்கள் ப்ளீஸ். அது என்ன நடந்தது என்றால்... நேற்று இரயிலில் சரியான தூக்கம் இல்லை. காலையில் சிற்றுண்டியும் சரியாக சாப்பிடவில்லை. அதனால் வீக்னெஸ். ப்ளீஸ், மிகவும் ஆசையுடன் வந்திருக்கிறோம். அவளுக்கு இப்படி பெருமையான பரிசு கிடைத்தால் அவளுடைய மேற்படிக் கல்விக்கு உதவியாக இருக்கும். அவளை சமுதாயத்தில் நல்ல நிலைமைக்குக் கொண்டுவரவேண்டும் என்று என் ஆசை. மிகவும் புத்திசாலி... ஆனால்..." என்று கேட்டுக்கொண்ட அப்பாவைப் பார்த்து மதுபனிக்கு ஆறுதலாக இருந்தது. 'போபால் விபத்தில் எங்களுக்கு மிகவும் நெருங்கியவர் தவறிவிட்டார். பக்கத்து வீட்டார்கள். அவர்கள் பிணம் அங்கே வந்தது. அவள் மிகவும் மென்மையானவள். கேஸ் விபத்து என்றதும் அந்த தாக்கம் நினைவிற்கு வந்து எல்லாவற்றையும் மறக்க வைத்துவிட்டது. அவளுக்கு அந்தத் தேதி தெரியும்..." மதுபனிக்கு ஏதோ ஒரு மாதிரி இருந்ததால் முகத்தை மூடிக்கொண்டாள். "ஓகே பார்க்கலாம், எங்கள் மதிய எபிசோடுக்கு ஏதாவது போட்டியாளர் வராவிட்டால் பார்க்கலாம். உங்கள் மகள் புத்திசாலி. அந்தக் கேள்விக்கு சட்டுனு அப்பவே பதில் சொல்லி பிறகு இப்படி நடந்திருந்தால் வெற்றிக்கொடி நாட்டி இருப்பாள்" என்று எல்லோரையும் உற்சாகப்படுத்த வினோதமாக சிரித்து மொத்தத்தில் நிகழ்வில் தன் நாடகத்தனமான ஆர்வத்தைக் குறைத்துக்கொண்டு மாஸ்டர் வெளியே நடந்தார். கலக்கமான சிரிப்புடன் மகளைப் பார்த்துவிட்டு சோகன்லால் 'சர், சர்' என்று அவர் பின்னால் ஓடினார்.

வெளியே பிரகாசமான ஸ்பாட்லைட் ஒன்று இந்த மேக்கப் அறையின் கண்ணாடி ஒன்றில் நேராக பிரதிபலித்தது. ஓரிரு போட்டியாளர்களுடன் அவர்களுடைய அம்மாக்களும் ஆடையை மாற்றிக்கொண்டிருந்தார்கள். சுவர் நெடுக படிந்த கண்ணாடிகளின் மேல் பல்புகள் வரிசையாக எரிந்து வீணாகிக் கொண்டிருந்தன. ஜோத்ஸ்னா அண்ணி மற்றும் சேஜல் இறந்த பிறகு பாவேஷ்பாய் எங்கள் வீட்டிற்கு சாப்பிட வருவார். ஒரு நாள் சாப்பிட்டுக்கொண்டிருக்கும்போது அப்பா பாவேஷ்பாயிடம் "நம்புவதாக இருந்தால் என்னை முழுமையாக நம்பு, இல்லை என்றால் விட்டுவிடு. நம்பிக்கையில் அரைகுறை என்பது கிடையாது, நேர்மையிலும் அப்படித்தான். ஒன்று நம்ப வேண்டும், அல்லது இல்லை அவ்வளவுதான்" என்று உரக்கச்

சொல்லிவிட்டார். பிறகு பாவேஷ்பாய் சாப்பிட வருவதை மெல்ல நிறுத்திவிட்டார். கோர்ட்டுக்குப் போய்வருவது எளிதாக இருக்குமென்று அவர் நகரத்திலேயே யாரோ ஒரு வக்கீல் வீட்டின் வராந்தாவில் தங்கி இருக்கிறார் என்று யாரோ சொன்னார்கள். வெள்ளைத் துணியால் சுற்றி இருந்த அந்த பெரிய மற்றும் சிறிய உடல்களை பச்சை டெம்போவிலிருந்து இறக்கும்போது இருந்த பேரமைதி மதுபனியை அவ்வப்போது இப்படி சூழ்ந்துகொள்ளும். எந்த சூழ்நிலையில் இருந்தாலும் மனம் சின்னதாக அதை நினைத்தாலும் இருந்த இடத்திலேயே அவள் அந்த ஆழமான அமைதிக்குச் சென்றுவிடுவாள். மதுபனியின் இளம் மனதிற்கு அது இயல்பாகவும் எளிதாகவும் இருந்தது. ஒருமுறை பள்ளியின் பின்னால் ஆளில்லாத வயலில் பந்தைத் தேடிக்கொண்டு போனபோது திடீர் என்று எதிர்ப்பட்ட பரிச்சயமற்ற பச்சைப் புதர்களில் சட்டென்று மலர்ந்த பலநூறு பரிச்சயமற்ற கடும் மஞ்சள் பூக்களை மொத்தமாகப் பார்த்த போதும் இதே போன்ற ஆழமான நிசப்தம் அவள் மனதிற்குத் தோன்றியது. தினசரியின் எல்லா வேலை இரைச்சல்களுடைய அடித்தளத்தின் ஆழத்தில் இருக்கும் விசாலமான நிசப்தத்தின் வட்டத்துக்குள் ஒரு வினோதமான ஆறுதலும் இருந்தது. அதிலிருந்து மீண்டுவர மனம் விரும்பவில்லை. ஆனால், அந்த செட்டில் படப்பிடிப்பிற்கு முன் யாரோ 'சைலன்ஸ்' என்று கத்தினார்களே, அப்போது உடனே 'அமைதி' ஏற்பட்டதே... நிச்சயமாக அதுபோன்ற அந்த நிசப்தமல்ல. ஏனென்றால் மேலோட்டமாகப் பார்க்கும்போது மிகவும் பிரகாசமான அந்த சைலன்சில் ஆயிரம் சத்தங்கள் உண்டு. அவை மனதை தேனீக்களைப்போல முற்றுகையிட்டு ஓலமிடுகின்றன. டிக் டிக் சத்தம் உயிரை வாங்குகிறது. மதுபனி மெல்ல வெளியே வந்தாள். செட்டில் புதிய போட்டியாளர்கள் இருந்தார்கள். அவர்களுக்குப் பரிசளிக்க விருந்தாளியாக வந்திருந்த பட்டுக் காவித் துணி சந்நியாசியைப் போன்ற ஒருவர் ஆங்கில சினிமா போன்ற ஆங்கிலத்தில் பேசினார். அவர் மீசைக்கு மைபூசி இருந்தது தெளிவாகத் தெரிந்தது. அப்பா பணிவாக கையைக்கட்டிக் கொண்டு யாருடனோ நின்றிருந்தார். 'ஒரு நிமிடத்தில் வந்து விடுகிறேன்' என்று சைகையில் அவரிடம் சொல்லிவிட்டு மதுபனி படி ஏறி அடித்தளத்திலிருந்து வெளியே வந்தாள்.

வெளியே வேறுமாதிரி இரைச்சல்கள் இருந்தன. நெரிசல் மிக்க சின்னஞ்சிறிய இடத்திலேயே மருத்துவமனைக்காரர்கள் வளர்த்த இறக்குமதி செய்த புல்தரையின் மேல் சில நோயாளிகளின் உறவினர்கள் படுத்த நிலையில் ஒரு கையை தலைக்குச் சாய்த்து வைத்துக்கொண்டு மற்றொரு கையில் பத்திரிகையை

பாதியாக சுருட்டிப் பிடித்தபடி வாசித்துக்கொண்டிருந்தார்கள். குல்லாயை சாய்த்துப் போட்டுக்கொண்ட ஒரு பேடில் எதையோ எழுதியபடி செட்டில் திரிந்துகொண்டிருந்த உதவி இயக்குனர் ஒருவர் நேரத்தை மிச்சப்படுத்தி இங்கே மூலையில் உட்கார்ந்து மூச்சுப் பயிற்சி செய்பவளைப்போல நீளமாக ஆழ்ந்து சிகரெட்டை இழுத்துக்கொண்டிருந்தாள். கட்டிட வேலை செய்யும் ராஜஸ்தானி கூலிப்பெண்களை விட்டால், இப்படி நிஜ வாழ்க்கையில் சிகரெட் புகைக்கும் பெண்களை மதுபனி பார்த்ததில்லை. சினிமாவில் வில்லன்கள் பின்னால் இருக்கும் மோனா டார்லிங் கையில் பார்த்திருந்ததாலோ என்னமோ அவளுக்கு அந்தப் பெண்ணில் வில்லியின் இலட்சணங்கள் தெரிந்தன. இந்த சிகரெட் பெண்ணிற்கு நெற்றிப் பொட்டு பொருந்தவில்லை. ஆனால் ஜீன்ஸ் பேண்ட் பொருந்தியது. கை வளையல்களும், கால் கொலுசும் பொருந்தவில்லை. உட்கார்ந்திருக்கும் நேர்த்தியான தோரணைக்குப் பொருந்தியது. அவள் கீழ் உதட்டை முன்னே குவித்துப் புகையை ஊதி தன் முன்முடி வழியாக நேராக சொர்க்கத்திற்கு அனுப்பிக் கொண்டிருந்தாள். தன்னையே பார்த்துக்கொண்டு நின்றிருந்த மதுபனியைப் பார்த்தும் உடனே எழுந்து நின்று, 'அட, எப்படி இருக்கு இப்ப, ஃபீலிங்க் பெட்டர்?' என்றவள் 'இங்கே ஸ்மோக் செய்யக்கூடாது தானே? இது மருத்துவமனை' என்று சிகரெட்டைத் தூக்கி எறிந்து பையிலிருந்து ஒரு மிட்டாயை எடுத்துக்கொடுத்து, தானும் ஒன்றை வாயில் போட்டு, 'உப்ஸ்' என்று உள்ளே ஓடினாள். வில்லியாக இருந்து கதாநாயகியாக மாறிய அவள் தோரணையைக் கண்டு மதுபனிக்கு மகிழ்ச்சி ஏற்பட்டது. அந்தப் பெண் குற்றவாளியைப்போல சிகரெட்டைத் தூக்கி எறிந்து, தன்னைப் பற்றி அக்கறையும் காட்டி, நொடியில் தாவி தன் வேலைக்குப் போன தோரணையில் இயல்பானதும் அழகானதுமான சக்தியொன்று மதுபனியின் அனுபவத்திற்கு வந்தது. நெருங்கிப் போகும்போது அவளிடமிருந்து வந்த புகை வாசமும் பிடித்துவிட்டது. பிறகு அதன் தொடர்ச்சி என்பதைப்போல அவள் மருத்துவமனையின் கேன்டீன் பக்கம் நடக்கத் தொடங்கினாள்.

காரிடாரில் நடக்கும்போது ஆங்காங்கே மதுபனியைத் தடுத்து 'மருந்துக் கடை எங்கே இருக்கிறது?', 'எமர்ஜென்சி வார்ட் எந்தப் பக்கம்?', ரெஜிஸ்ட்ரேஷன் எங்கே செய்யணும்?', 'பிளட் பேங்க் இப்போது திறந்திருக்குமா?' என்று கேள்விகளைக் கேட்கும் மக்கள் இருந்தார்கள். அருகிலேயே 'விசாரணை' சன்னலும் இருந்தது. அங்கே ஒருத்தி ரோசா லிப்ஸ்டிக், வெள்ளைக் கோட்டுப் பெண் உரத்த குரலில் வழி சொல்லிக்

கொண்டிருந்தாள். கேட்பவர்களின் ஆடையணிகளையும் பாணியையும் பார்த்து அவள் குரலின் திமிர் கூடுவதும் குறைவதுமாக இருந்தது. மருந்துக் கடையில் 'இதற்கும் குறைந்த விலையில் மருந்து கிடையாதா?','ஒரே ஊசி போட்டுக்கொண்டால் ஆகாதா?' என்ற நடுங்கும் குரல்களின் கேள்விகள் இருந்தன. பெஞ்சில் காத்துக்கொண்டிருந்தவர்களில், 'இரவு இருந்தவள் மகளா?', 'நாளைக்கு டிஸ்சார்ஜ் செய்வார்களா?' 'மகன் லீவ் போட்டிருக்கானா?' – இப்படியான கேள்விகள் இருந்தன. இந்தக் கேள்விகளுக்கு பதில் சொல்வதில் மனதை லேசாக்கும் ஒரு வலிமை இருக்கிறது. ஆனால், உள்ளே, அங்கே, ஸ்பாட்லைட்களுக்கு நடுவே கேட்கப்படும், 'பென்சிலினுடைய இப்போதைய மரபின் பெயர் என்ன?', 'கருணைக் கொலை இந்தியாவில் சட்டத்திற்கு உட்பட்டதா?', 'இந்தியாவிற்கு ஒலிம்பிக் பதக்கம் வாங்கிக்கொடுத்த எந்த விளையாட்டு வீரன் இப்போது கொல்கத்தா சேரியில் வசிக்கிறான்?' எவ்வளவு மாறுபட்ட கேள்விகள். அங்கே பதில்கள் தெரிந்திருந்தாலும் அதென்ன பயம். இங்கே பதில்கள் இல்லாவிட்டாலும் அதென்ன பயமின்மை. மறுபடியும் அந்த க்விஸுக்குப் போகமுடியாது என்று தோன்றியது.

மிகவும் பழகிய வீட்டிற்குள் நுழைவதுபோல மதுபனி கேன்டீனின் உள்ளே சென்றாள். புத்தூராம் உட்கார்ந்திருந்த இடம் அப்போது காலியாக இருந்தது. அவன் இப்போதுதான் எழுந்து வெளியே போயிருக்கிறான், இனி என்ன இப்போது வந்துவிடுவான் என்பது போலத் தோன்றியது. அதே மேசையில் போய் உட்காரலாம் என்றால் அங்கே ஒரு நடுவயதுப் பெண் அமர்ந்திருந்தாள். பார்ப்பதற்கு அவள் அமைதியாக தேநீர் அருந்துவதுபோல தெரிந்தாலும் இரகசியமாக அழுதுகொண்டிருந்தாள். மேசை மேல் இருந்த டிஷ்யூ காகிதத்தால் கண்களையும் கன்னங்களையும் துடைத்துக்கொண்டு விக்கினாள். யார் அட்மிட் ஆகியிருக்கிறார்களோ, இடை இடையில் மூச்சை இழுத்துக்கொண்டு தேநீர் குடித்தாள். இந்த உதவி இயக்குனர் விட்டுவிட்டு சிகரெட் புகையை இழுத்ததுபோல இருந்தது. அவள் டிஷ்யூ காகிதத்தை தன் கண்ணீரால் கசக்கினால், புத்தூராம் அதே டிஷ்யூ காகிதத்தில் தோணி செய்து கரினாவின் நதியில் மிதக்கவிட்டான். மதுபனிக்கு அந்த அம்மாவின் அருகே போய் நெருங்கி உட்காரவேண்டும் என்று தோன்றியது. புத்தூராமின் இடத்தில்.

அதற்குள் தேடிக்கொண்டு வந்த சோகன்லால் அவளை அசைத்து "வா, நட, சீக்கிரமாக எதையாவது சாப்பிடு. மதியம் நான்கு மணி நிகழ்ச்சியில் உனக்கு வாய்ப்பு கொடுக்கிறார்களாம். அவர்களுடைய பிரடக்ஷன் ஆசாமியை சமாதானப்

படுத்துவதற்குள் போதும் போதும் என்றாகிவிட்டது” என்றார். மதுபனி இருந்த இடத்திலேயே கல்லைப்போல நிற்க முயற்சித்து ‘இல்லை, அப்பா, என்னால் முடியாது” என்றாள்...”ஆ...? என்ன ?” என்று சோகன்லால் அவள் முன்னால் நின்றுகொண்டிருந்தபோதே “மனப்பாடம் செய்த பதில்களைச் சொல்வது என்ன மகா பெரிய விஷயம்? இந்தக் கேள்வியைக் கேட்பவர்களாகட்டும், பரிசு அளிப்பவர்களுக்காகட்டும் ஜோத்ஸ்னா அண்ணி மற்றும் சேஜலின் முகத்தைப் பார்த்திருக்கிறார்களா? போபாலில் இறந்தவர்கள் நான்கு பேர் அல்ல, பதினைந்தாயிரம் பேர்! மேலும் இலட்சம் மக்கள் இப்போதும் நோய்வாய்ப்பட்டிருக்கிறார்கள். அதைப் பற்றி அவர்களுக்கு என்ன தெரியும்? கேள்வி கேட்கிறார்களாம் கேள்வி. எனக்கு எதுவும் தேவை இல்லை...” என்று சொல்லி விறுவிறுவென்று காரிடாரில் நடந்தாள். “நில்”, “நில்” என்று கத்திக்கொண்டே சோகன்லால் அவள் பின்னால் வந்தார். அவசரத்தில் லிப்டிலிருந்து வெளியே வந்த சக்கர நாற்காலிக்கு ஒதுங்கி வழி விட்டார்கள். ‘க்விக் க்விக்’ என்று க்ளுக்கோஸ் பாட்டிலைத் தூக்கிப் பிடித்த நர்ஸ் ஒருத்தி நோயாளியின் நாடியைப் பார்த்துக்கொண்டே அவசரப்படுத்திக்கொண்டே எதிரில் இருந்த ஐ.சி.யூ விற்குள் தள்ளிக்கொண்டு போனாள். சோகன்லால் மதுபனியின் கையைப் பிடித்துக்கொண்டு ஐ.சி.யூ விற்கு எதிரே வெள்ளை வண்ணம் பூசிய பெஞ்சின் மேல் இழுத்து உட்காரவைத்தார். அப்போதே அந்த பெஞ்சின் மேல் ஐந்தாறு பேர் வெவ்வேறு உறவினர்கள் விலகி விலகி உட்கார்ந்திருந்தார்கள். அவர்கள் ஐ.சி.யூ விலிருந்து அடிக்கடி வந்து ‘இந்த மருந்தை வாங்கியாங்க’ என்று அழைக்கும் செவிலியரின் கட்டளைக்காக காத்திருந்தார்கள். இப்போதுதான் உள்ளே சென்ற நோயாளி யின் முகத்தைப் பார்க்கவில்லையே. அவன் புத்தூராமாக இருக்குமோ என்று மதுபனிக்கு சங்கடமாக இருந்தது. பழைய காலத்து மர பெஞ்சு, உட்கார்ந்து உட்கார்ந்து தேய்ந்து வழுவழுவென்றிருந்தது. உட்கார்ந்த இடத்திலேயே மதுபனியின் கையைப் பிடித்து அப்பா “பிடிவாதம் வேண்டாம், சொல்வதைக் கேள்” என்றார். மதுபனியின் மனம் முழுவதும் ஐ.சி.யூ விற்குள்ளேயே இருந்தது. அந்த பனிக்கண்ணாடிகளின் திரைக்குப் பின்னால் புத்தூராம் இருப்பானோ? அப்படி என்றால் இங்கே உட்கார்ந்திருப்பவர்களில் அவன் உறவுக்காரர்கள் இருக்கலாமோ? என்று அவர்கள் முகங்களைப் பார்த்தாள். அவர்கள் எல்லோரும் ஒன்றாக அப்பாவை அக்கறையுடன் பார்ப்பதுபோலத் தோன்றி அப்பாவைத் திரும்பிப் பார்த்தாள். அவர் இரண்டு கைகளால் முகத்தை மூடிக்கொண்டு சத்தமில்லாமல் விக்கி அழுதுகொண்டிருந்தார். மதுபனி அதிர்ச்சியுற்று அவர் கையைப் பிடித்து இழுத்து அவரை அசைத்தாள். அக்கம் பக்கத்தார்கள்

"விடுங்க, அழட்டும். கவலைப் படாதே. அவர் ஆறுதல் அடைவார் பொறுமை" என்பதுபோல பார்வையில் ஆறுதல் சொன்னார்கள்.

ஐந்து நிமிடம் அழுது, பிறகு ஆறுதலடைந்து அப்படி அவசரம் ஒன்றும் இல்லாதவர்போல அப்பா மெல்ல "காட்டறேன் … ஊர் மக்களுக்குக் காட்டறேன் நான் … ஐம்பது ஆண்டுகளுக்கு முன் ஊரிலிருந்து ஓடிவந்தது எதற்கு என்று அவர்களுக்குக் காட்டுகிறேன் …" என்று திரும்பவும் விக்கி அழுதார். "அட, என்ன, என்ன ஆச்சு இப்ப" என்று மதுபனி "சரி, சாப்பிடலாம்" என்று அவரை அசைக்க முயன்றாலும் அதை கண்டுகொள்ளாததுபோல "நான் திருடி ஊரை விட்டு ஓடி வந்தேன் என்று ஊர் மக்கள் பேசிக்கொண்டார்கள். அப்போது நான் சிறியவன் மதூ … பிறகு நான் அங்கலேஷ்வரில் கள்ளக் கடத்தல் செய்கிறேன் என்றார்கள். பிறகு நான் சிறையில் இருக்கிறேன் என்ற செய்தியாம் … அட! அப்படீன்னா ஒரு ஆள் கண் மறைவாகப் போய்விட்டால் அவனை தங்கள் மனதிற்குள் கீழாகப் பார்ப்பது. தங்கள் மனதால் நாசம் செய்வது எதற்கு? எனக்கு நல்லது நடப்பது யாருக்கும் தேவை இல்லையா? கண்ணுக்குத் தெரியாமல் இருப்பவர்கள் எல்லாம் பாழாய் போயிருப்பார்கள் என்று ஏன் நினைக்கிறோம்… முகத்தை மறைத்துக்கொண்டு ஓடி விட்டேனாம் … நான் இறந்துவிட்டேனோ என்றும் கூட நினைத்திருக்கலாம் … இல்லை அப்படி நினைக்கமாட்டார்கள் … அப்போது மகிழ்ச்சி முடிந்துவிடும்.. உயிருடன் வைத்தே இன்னும் மனதுக்குள் அலைக்கழிக்கலாமே.. காட்டுகிறேன் அவர்களுக்கு. என் மகளைப் பார்க்கட்டும் டி.வி யில். நான் மானமுள்ளவனாகவே வாழ்ந்திருக்கிறேன். என் மகளை நான்கு பேர் மெச்சும்படி யாகவே வளர்த்திருக்கிறேன் என்பதைப் பார்க்கட்டும் … மதூ நீ உலகத்தின் கேள்விகளுக்கு எல்லார் முன்னிலையிலும் பதில் சொல்ல வேண்டும். உனக்கு பரிசு கிடைக்க வேண்டும்… அப்போது உலகத்தின் கண் உன் மேல் இருக்கும். ஊர்க்காரர்கள் எல்லோரும் பார்ப்பார்கள். என்னையும் காட்டுவார்கள் … எல்லோருக்கும் தெரியவரும் … நான் … ப்ளீஸ் … மதூ … ப்ளீஸ் …" என்று அவள் கையைப் பிடித்துக்கொண்டார். இது எதையும் கண்டுகொள்ளாத அக்கம் பக்கத்தார்கள் "உங்கள் நோயாளிக்கு கண்டிப்பாக குணமாகும்" என்கிற ஆறுதலான பார்வையிலேயே இருந்தார்கள்.

மதுபனிக்கு அப்பாவை என்ன சொல்லி சமாதானப் படுத்துவது என்று தெரியவில்லை. "சரி அப்பா, கண்டிப்பாக," என்று அவரை எழுப்பி கேன்டீனுக்கு அழைத்து வந்தாள். அங்கே இருவரும் இரண்டு ரைஸ் பிளேட் வாங்கிக்கொண்டார்கள். அப்பா தன் தட்டில் இருந்த அப்பளம், பூரி, குட்டி குலோப் ஜாமூனை எடுத்து அவள் தட்டில் வைத்தார். தினம் இரவு படி

என்று தனக்கு உற்சாகம் கொடுத்தவர், தன் தொழிற்சாலையில் ஓ.டி., ஓ.டி., என்று ஓய்வில்லாமல் உழைத்து இந்தப் பயணத்திற்கு பணம் சேர்த்து, கடந்த இரண்டு மணி நேரம் அந்த க்விஸ்காரர்களின் பின்னால் கெஞ்சிக்கொண்டு ஓடியவர், பால்யத்தில் இருந்தே தன்னை பக்குவப் படுத்திக்கொண்டவர், மறைத்து வைத்த கவலையை இப்போது இங்கே, இந்த ஐ.சி.யூ பெஞ்சில் கொட்டியவர், சமூக மரியாதைக்காக தேய்ந்து போனவர்... இவர் வலியை எப்படிக் குறைப்பேன், கலக்கத்தை எப்படிப் போக்குவேன்? "நாம் மற்றவர்களுக்காக வாழவில்லை அப்பா, கண்ணுக்கு எட்டாத தொலைவில் இருக்கும் ஏதோ ஊரில் உன்னைப் பற்றி யாரும் சிந்தித்துக்கொண்டு இருக்கமாட்டார்கள். ஐம்பது ஆண்டுகளுக்கு முன்பு இருந்த உன் ஊர் இப்போது எங்கும் இல்லை" என்று வாய்விட்டு அவரை ஆறுதல் படுத்த மதுபனியால் முடியவில்லை. அந்த ஊர், அந்தக் காலம் அங்கே எங்கேயும் இல்லாமல் அவர் மனதில் இருந்தது. அவரைத் துடிக்கவைத்து இதுவரை சீண்டிக்கொண்டே வந்திருக்கிறது. அவர் மனதைத் தேற்றும் ஒரே வழி என்றால் "அப்பா, போபாலில் பாதிக்கப்பட்டவர்களுக்கு கொடுக்க குறித்த மொத்தத் தொகை எவ்வளவு?" என்று மாணவி போல ஆர்வத்துடன் கேட்டாள். உடனே உயிர்ப் பிச்சை கிடைத்ததுபோல சோகன்லால் "சொல்கிறேன்... எழுதிக்கொள்... எழுதிக்கொள்..." என்று பையிலிருந்து பழைய நீல டைரியை எடுத்து, இடது கை விரல்களால் அதன் சின்னஞ்சிறு பக்கங்களை புரட்டினார். "முதலில் சாப்பிடு அப்பா, பிறகு சொல்" என்ற மதுபனி, "ஜாமூன் நல்லா இருக்கு, கொஞ்சம் சாப்பிடு" என்று ஜாமூன் கப்பை அவர் பக்கமாகத் தள்ளினாள். "சாப்பிட்டு முடித்ததும் மற்றொரு முறை எல்லாவற்றையும் நினைவு படுத்திக்கொள். சரியாக நான்கு மணிக்கு நாம் உள்ளே போகவேண்டும்" என்றார் ஆர்வமாக.

புல்தரை மேல் உட்கார்ந்து மதுபனி புத்தகம் படிக்கத் தொடங்கினாள். கையறுநிலையில் அபிமானத்துடன் பார்த்துக்கொண்டே உட்கார்ந்திருந்த அப்பாவின் பார்வை அந்த கேள்விகளின் உலகையே மறுபடியும் ஒதுக்கிவைத்தது. அதற்குள் சோகன்லால் "புத்தூராம்" என்று அழைத்தார். சிறிது தொலைவில் மருத்துவமனையின் முக்கிய நுழைவாயில் சிலை ஒன்றின் அருகே குனிந்து, அதை நுணுக்கமாகப் பார்த்துக்கொண்டே புத்தூராம் நின்றிருந்தான்! அப்பாவின் குரலைக் கேட்டவன்போல இந்தப் பக்கம் திரும்பியவன் இருவரையும் "வாங்க" என்று கையால் சைகை செய்து அழைத்தான். மதுபனி ஓடினாள். சோகன்லால் பின்தொடர்ந்தார். புத்தூராம்

“இன்னுன் க்விஸ் முடியவில்லையா? இங்க பார்... இந்த சிலையைப் பார், இது இந்த மருத்துவமனையை எப்போதோ தொடங்கிய நானாவடி என்ற பெரியவரின் சிலை. சிலையை எவ்வளவு அழகாக செஞ்சிருக்காங்க பாரு. ஆனால்... ஆனால் இப்ப இங்கே ஒரு க்விஸ் இருக்கு பாரு. நீ பதில் சொல்லணும். இந்த சிலைக்கு போட்டிருக்கும் இந்தக் கண்ணாடி உண்மையா பொய்யா? பார். அதில் கண்ணாடி இருக்கா இல்லையான்னு விரலை நுழைத்துப் பார்க்க ஆசையா இருக்கிறதல்லவா? எவ்வளவு வேடிக்கையா இருக்கு பாரு கல்சிலைக்கு உண்மையான கண்ணாடி!” என்று விரலால் அந்தக் கண்ணாடியைக் காட்டி மனம் திறந்து சிரித்தான். மதுபனிக்கு இது வினோதமாக இருந்தது. நிரந்தரமான பிரமையில் திடமாக உட்கார்ந்திருந்த அந்த சிலையின் கண்ணாடி மிகவும் நிலையற்றதுபோலத் தோன்றியது. “இதைத் திருடுபவர்களும் இருக்கிறார்களாம். ப்ரேம் கிடைக்கும் அல்லவா? ஊர் சதுக்கத்தில் இருக்கும் காந்தி சிலையின் கண்ணாடியையும் இந்தத் திருடர்களின் அட்டூழியம் விட்டுவைக்கவில்லை. ஒருவேளை பெரிய அளவிலான சிலைகளுக்கு பயம் இருக்காது” என்ற புத்தூராம், “என்னதான் சொல்லுங்க, இந்தக் கண்ணாடியைப் பார்த்தா வேடிக்கையா இருக்கு இல்லையா?” என்றான். பிறகு “ஓகே உங்க க்விஸ் மாஸ்டர் இருக்கானில்ல, அவங்கிட்ட, ஒரு சிலையின் கண்ணாடி உண்மையா பொய்யா? என்று அதற்கு நான்கு ஆப்ஷன் பதில்கள். ஏ. பொய், பி. உண்மை, சி. முக்கால் பொய், டி. முக்கால் உண்மை. அப்பா மகள் இருவருக்கும் அவன் சிரிப்பில் எல்லாம் அழகாகத் தெரிந்தன. மதுபனிக்கு அவன் கன்னத்தைத் தடவிக்கொடுக்க வேண்டும் என்று தோன்றியது. அதை ஈடேறச் செய்வதுபோல அப்பாவே அவன் கன்னத்தைத் தட்டினார். பிறகு “இந்த கடைசிச் சுற்றுக்கு இவளுக்கு உங்கள் வாழ்த்துகள் தேவை. மிகத் தொலைவான ஊரிலிருந்து வந்திருக்கிறோம்.” என்றார். புத்தூராம் “வெண்ணிலாவும் கூட மிகத் தொலைவான ஊரிலிருந்து வருகிறது. இங்கே வந்ததும் வாடகைக்கு எங்கே வசிக்கிறது சொல் பெண்ணே, க்விக்! டிக்... டிக்... டிக்...” என்றான். மதுபனி “எனக்குத் தெரியும்” என்றாள். “கிரேட்” என்றவன் ரௌண்டிற்கு வரும் டாக்டர் குழுவைப் பார்த்தவன் “பாப்ரே, செத்தேன்!” என்று நொண்டியைப்போல ஓடி எதிரே இரண்டு கதவுகளைத் தாண்டி நின்றிருந்த லிஃப்டுக்குள் சேர்ந்துகொண்டான். லிஃப்ட் கதவுகள் ஒன்றாகச் சேர்ந்து அவனை மறைக்கும்வரை பொலிவுடன் சிரித்துக் கொண்டிருந்தான். அவனுடைய மருத்துவமனை பைஜாமாவின் ஒரு கால் நீளமாகவும் மற்றொன்று குட்டையாகவும் இருந்ததால் அவன் இன்னும் சுறுசுறுப்பாகக் காணப்பட்டான்.

அப்பா மகள் இருவரும் அடித்தளத்தின் படிகளில் ஸ்டுடியோவை அடைந்தார்கள். இறங்கி விதிமுறைகள் அறிவிக்கப் பட்டன. ஸ்பாட்லைட் பையன்கள் மதுபனிக்கு இரக்கத்துடனே வழி செய்து கொடுத்தார்கள். என்னமோ க்விஸ் மாஸ்டர் தென்படவில்லை. சோகன்லாலை பார்வையாளர்களின் கூட்டத்தில் ஊதா சேலை பெண் ஒருத்தி அருகே உட்கார வைத்தார்கள். 'நான் இங்கே இருக்கிறேன்' என்று அவர் அங்கே இருந்தே கையசைத்து சிரித்துக்கொண்டே அமர்ந்தார். அதற்குள் ஒப்பனை அறையிலிருந்து க்விஸ் மாஸ்டர் புதிய கோட்டில் மணமகனைப்போல வெளியே வந்தார். ஆனால் அவர் உள்ளே ஒப்பனை அறையில் மேக்கப் டச்சப் செய்துகொள்ளும்போது, மஞ்சள் டையை இடது தோள் மேல் முந்தானையைப்போல திருப்பிப் போட்டுக்கொண்டிருந்தது அப்படியே இருந்தது. அதை எடுத்து மார்பின் மேல் போட்டுக்கொள்ள மறந்தேவிட்டார். அதனால் அவருடைய மிடுக்கான நடையில் கூட வேடிக்கை யாகத் தெரிந்தார். டை முதுகின் மேல் மடிந்து விழுந்துகிடந்து ஆபாசமாகத் தெரிந்தது – சிலையின் கண்ணாடியைப்போல. அவனிடம் அதை சொல்பவர் யார்? அவனுக்கு அது எப்படித் தெரியும்? “சைலன்ஸ்” எல்லோரும் அமைதியாகத் தொடங்கினார்கள். “அழைக்கும்போது மேடையில் உங்கள் இடத்திற்குப் போகவும்” என்று மதுபனியை செட்டுக்கு மறைவில் நிறுத்தினார்கள். யாரும் தெரியாத அந்த அட்டை செட்டின் மறைவில், அழைப்பிற்காகக் காத்துக்கொண்டு வினோதமாக வெறுமையில் நின்ற மதுபனி மெல்ல தன் பர்சிலிருந்து அந்த சின்ன டிஷ்யூ காகிதக் கப்பலை வெளியே எடுத்தாள். அதை உள்ளங்கையில் வைத்துப் பார்த்து மெல்ல கண்மூடி “கடவுளே, கரீனா வரட்டும்” என்று மனமார வேண்டினாள். உள்ளங்கையில் அந்த சின்னக் கப்பல் முழு உலகத்தின் பாரத்தை பூவைப்போல சுமந்துகொண்டு மெல்ல வெண்ணிலவில் மிதக்கத் தொடங்கியது.

ooo

ஓபேரா ஹௌஸ்

சௌபாடி கடற்கரையிலிருந்து கூப்பிடு தொலைவில் இருக்கும் ஓபேரா ஹௌஸ் திரையரங்கிலிருந்து பழைய மர வளைவின் அப்பர் ஸ்டாலில் கடைசி ஆட்டத்திற்குப் பிறகு குப்பையைப் பெருக்கிக்கொண்டிருந்த இந்திரநீலனுக்கு சீட்டுக்கு அடியில் கிடைத்த அந்தப் பை சிறிது பாரமாகவே இருந்தது. வழக்கம்போல அவன் துடைப்பத்தை அங்கேயே விட்டுவிட்டு பையை எடுத்துக்கொண்டு வெளியே ஓடிவந்தான். சாதாரணமாக இப்படி திரையரங்கில் பொருட்களை மறந்து போனவர்கள் பிறகு வந்து வெளியே அலுவலகத்தின் அருகே அல்லது கேட் மூடியிருந்தால் வெளி கேட் அருகே காவலாளியிடம் கேட்டுக்கொண்டு நிற்பதுண்டு. ஆனால் கடைசி ஆட்டம் முடிந்து வெகுநேரமானதால் வளாகமே வெறுமையாக இருந்தது.

வாகன நடமாட்டம் மிகவும் குறைவாக இருந்ததால் ஓபேரா ஹௌஸின் வட்டத்திலிருந்து ஐந்து பக்கமும் போகும் சாலைகள் வெகு தொலைவு வரை பயம் ஏற்படுத்துமளவுக்கு அமைதியாக வெறுமையாகத் தெரிந்தது. ஏதோ அளவற்ற பீதியில் மக்கள் நகரத்தை விட்டுவிட்டுப் போனார்களோ என்பதுபோலத் தோன்றியது. ஆனால் ஆள் நடமாட்டமற்ற தெருவின் எல்லா விளக்குகளும் பிரகாசமாக வெளிச்சத்தை சிந்திக்கொண்டிருந்தன. இந்தப் பிரகாசமான அமைதியைக் கிழிப்பதுபோல அவ்வப்போது கென்னடி பாலத்துக்குக் கீழே லோக்கல் இரயிலின் சத்தம் உருண்டு வந்தது.

இந்திரநீலன் சிறிது நேரம் கேட்டுக்கு வெளியே நின்றிருந்த பிறகு மெல்ல பையைத் திறந்து பார்த்தான். அதற்குள் ஒரு தர்மாஸ் பிளாஸ்க் மட்டும் இருந்தது தெட்டபோது. வெதுவெதுப்பாக இருந்தது. வெகு விரைவில் யாரையோ சேரவேண்டிய பொருள் ஒன்று வழி தவறி கைக்கு கிடைத்ததுபோல இந்திரநீலன் குழம்பினான். காத்திருப்பதில் பயனில்லை என்று திரும்பி அலுவலகம் வந்து டிக்கட் கௌண்டருக்கு அருகே இருந்த, பிரிட்டிஷ் காலத்தில் செதுக்கப்பட்ட சின்னப் பலகை மேல் அதை வைத்து, அவசரமாக அப்பர் ஸ்டாலில் தன் பெருக்கும் வேலையை முடித்தான். பால்கனி, ஃபேமிலி பாக்ஸ் எல்லாவற்றையும் பெருக்கி வந்த மற்ற மூன்று நான்கு ஆட்கள் அப்போதே பால்கனியின் திண்ணை மேல் தங்கள் சின்னச்சின்னப் படுக்கைச்சுருளை விரித்து ஒரு சுற்று ரம்மி விளையாட உட்கார்ந்து விட்டார்கள்.

"சீக்கிரம் வா, விளையாட உனக்கும் கார்ட் போடட்டுமா?" என்றபடி மரப்படிகளில் தட தடவென்று இறங்கிவந்த பாலேகர் செய்தி அறிந்ததும் 'உனக்குன்னு கிடைக்குது பாரு இப்படி, வருவாங்க விடு' என்றான். 'மூடிய கேட், இருட்டாக இருப்பதைப் பார்த்து அவர் திரும்பிப் போகக்கூடாது பார். கொஞ்ச நேரம் வெளியே காத்திருந்து பார்க்கிறேன்' என்ற இந்திரநீலனிடம் 'பங்காலி பாபு கண்முழிச்சிருக்க சாக்கு வேணும் உனக்கு... சரி, சீக்கிரமா வந்து படு. இல்ல கேட்டில தொங்கப்போட்டுட்டு வா' என்று கிண்டல் செய்து பாலேகர் முக்கிய நுழைவாயில் கிரில் கதவை நாராசமாக சாத்தினார். இந்திரநீலன் வெளியே வந்து வளாகத்தில் நீரூற்றின் சிமெண்ட் மயில் கழுத்தின் மேல் உட்கார்ந்து 'வெளி விளக்கு இருக்கட்டும் அண்ணே, அணைச்சுடாதே' என்று கூவினான்.

நூற்றுக்கும் மேற்பட்ட ஆண்டுகளின் வரலாறு இருக்கும் சிற்ப ஓவியங்களைக் கொண்ட இந்தப் பழைய கட்டிடம் அப்போதே இரவுடன் பேசத்தொடங்கியது போல இருந்தது. ஒரு காலத்தில் நாட்டிய அரங்கமாக இருந்த ஓபேரா ஹௌஸ் ஊமைப்படங்கள் காலத்திலேயே திரையரங்காக மாறிவிட்டது. அரண்மனையின் மாடியைப்போல இருக்கும் இந்தக் கட்டிடத்தின் உள் வடிவங்கள் எல்லாம் சினிமா நடக்கும் பொழுது இருட்டில் மூழ்கிக் கிடக்குமே என்று இந்திரநீலனுக்கு தொடக்கத்தில் வருத்தம் ஏற்படும். பொதுவாக எல்லாத் திரையரங்குகளின் பால்கனிகள் பின்பகுதியைப் போல இருந்தால், இங்கே பால்கனி மூன்று பகுதிகளில் அரண்மனையின் மேல் மாடியைப்போல இருந்தது.

'மௌசம்', 'பாலிகாபது' போன்ற சினிமாக்களின் வெள்ளிவிழா இந்திரநீலன் வந்த பிறகுதான் நடந்தது. அப்போது

சஞ்சீவ் குமார், ஷர்மீளா டாகவர் போன்றவர்களை இந்த அரங்கின் மாடியில் பார்த்திருக்கிறான். அந்தப் படம் ஆரம்பமானதும் மாடியுடன் சேர்ந்து அந்த நட்சத்திரங்களும் இருளில் மூழ்கிக் கிடந்தார்கள். ஆனாலும் இருட்டில் அந்தப் பக்கம் கண் சிமிட்டாமல் பார்த்துக்கொண்டிருப்பான். வெள்ளி விழாக்களின் கொண்டாட்டங்கள் முடிந்து படங்கள் ஐம்பது நாட்கள் ஓடுவதே பெரிய சாகசம் போல ஒருவகையான சோக சூழ்நிலை அரங்குகளில் சூழத் தொடங்கின. எவ்வளவு துடைத்தாலும் தூசி போவதே இல்லை. குழாய்கள் ஒழுகத் தொடங்கின. இடைவேளையில் ஷேர் மார்க்கெட் போல பாப்கார்ன் கொடுங்க, சமோசா கொடுங்க, படாடா வடா கொடுங்க என்று சில்லறைகளையும் நாணயங்களையும் பிடித்தபடி கேட்கும் நூற்றுக்கணக்கானவரின் கைகள் நீண்டபடி அடைத்திருக்கும் கௌண்டர்கள் வெறுமையாகத் தொடங்கின.

அந்தேரியின் ‘எம்பயர்’, ‘ஆஸ்கர்’, ‘மைனர்’ மூன்று திரையரங்குகளும் ஒரு நாள் காலை இடிந்து பெரிய ஷாப்பிங் மால் ஆன பிறகு இந்திரநீலனோடு வேலை செய்பவர்கள் அனைவரும் வேறுவேறு வேலைகளைத் தேடிக்கொண்டு ஒவ்வொருவராக மறைந்து விட்டார்கள். பாக்ஸ் ஆபீசின் திரிவிக்கிரமனுக்கு ஆங்கிலம் வருமாதலால் ஏதோ முலாம் சேல்ஸ்மன் ஆனான். ஒருநாள் அவன் இதே ஒபேரா ஹௌஸின் எதிர் நடைபாதையில் நின்று நடந்து போகிறவர்களின் நெற்றிக்கும், மூக்குக்கும் ‘வாங்கிக்கங்க இலவச சேம்பிள், தலைவலி, சளி நொடியில் மாயமாகிவிடும்’ என்று சின்ன பேட்டரியால் வேலை செய்யும் ஒலிபெருக்கியில் கூவிக்கொண்டு முலாம் தடவிக்கொண்டு நின்றிருந்தான்.

மாடியில் நின்றிருந்த இந்திரநீலனையும் மற்ற வேலையாட்களையும் அதே ஒலிபெருக்கி வழியாக பெயர் சொல்லிக் கூவி அழைத்தான்! ‘இந்திரநீலன், இவ்வளவு அழகான பெயர்கொண்ட நீ இந்த இடிஞ்ச கிழட்டு அரங்குடன் மூழ்கிப் போயிடக்கூடாது. வா வெளியே வா, பாண்ட்யா, பாலேகர், மகண்பாய், வெளியே வாங்க… நான் இப்ப எண்ணப் போறேன் பத்து… ஒன்பது… எட்டு…’ என்று கட்டிடத்திற்குள் மறைந்திருக்கும் தீவிரவாதிகளை வெளியே அழைக்கும் போலீஸ் இன்ஸ்பெக்டரைப் போல கூவினான். எல்லோரும் இறங்கி வந்து அவனைப் பார்த்தார்கள். பாண்ட்யா அவனுடன் நடந்து போனான். என்னமோ துணிவு போதாமல் இந்திரநீலன், மகண்பாய் மற்றும் பாலேகர் இங்கேயே தொடர்ந்தார்கள்.

மற்றவர்கள் எல்லோரும் பால்கனியின் திண்ணையில் படுத்தால் இந்திரநீலன் விசாலமான மரப் படிகளின் பின்பகுதியில் கதகதப்பான பொந்தில் படுப்பான். வாரம் ஒருமுறை காய்வாடி

எதிரே இருக்கும் உணவகத்திற்கு மீன் சாப்பாட்டிற்காக போவான். காலை வேலை நிம்கார் ஆர்ட் ஸ்டூடியோவில் போர்ட் எழுதப் போவான். தேவநாகரி லிபிக்கு பங்காலி எழுத்தின் கோடுகளை இழுத்துப் புதுமையான கவர்ச்சியை ஏற்படுத்துவான். அங்கே டேக்சிக்காரர்கள் பின் கண்ணாடியில் எதையாவது எழுதிக்கொள்ள வருவார்கள். இரவு எல்லா காட்சிகளும் முடிந்த பிறகு வெறுமனே மஞ்சள் விளக்கின் தெருக்களில் நடப்பான். அப்போது அவனுக்கு இந்த நகரத்து மக்களை மடிமேல் படுக்க வைத்துக்கொண்டு தான் மட்டுமே விழித்துக்கொண்டு காக்கும் அம்மாவைப் போலத் தோன்றும்.

சில ஆண்டுகளுக்கு முன்பு தனக்கு இருபத்தி ஐந்து ஆண்டுகள் ஆனது என்று தோன்றுமே தவிர உடனே இப்போது எத்தனை வயது என்று அவனுக்குப் புரிவதே இல்லை. ஆனால் கடைசி காட்சிக்குப் பிறகு நடு இரவில் மட்டும் எதற்கும் வயதே இல்லை என்று தோன்றும். இந்த வறண்ட நீரூற்றில் தண்ணீர் பீறிட்டு ஐந்தாறு வருடங்கள் இருக்கும். அநேகமாக ‘அமானுஷ்’ படத்தின் நூறாவது நாள் பீறிட்டிருந்தது. தனக்குப் பிடித்த வங்கத்து கதாநாயகன் உத்தம் குமார், அவனுடைய இந்த இந்திப் படத்தின் நூறுநாள் விழாவிற்கு வந்திருந்தான். அப்போது நீரூற்றின் அடியில் வண்ண விளக்குகளை அமைத்திருந்தார்கள். சிலந்தி எந்தப் பெரிய விருப்பங்களும் இல்லாமல் தன் வலையை ஒரு மையத்திலிருந்து பின்னுவது போல இந்திரநீலன் இந்த ஒபெரா ஹௌஸ் மையத்தில் இருந்து தன் சத்தமில்லாத உலகத்தைப் பின்னிக் கொண்டிருந்தான்.

இரவின் தெருக்கள், லோக்கல் இரயில்கள், கென்னடி பிரிட்ஜிலிருந்து தெரியும் கிராண்ட் தெருவின் நாச்வாலிகளின் (நாட்டியக்காரி) வண்ண வண்ணத் திரைச் சேலையின் அறைகள், ஆனந்த ஆசிரமத்து மீன் ரைஸ் பிலேட், சினிமா பிரிண்டின் ஊதா வானத்து தகட்டு டப்பாக்கள்... இப்படி வலையின் இழைகள் இருந்தன. எந்தக் காரணத்திற்காகவும் இந்த கதகதப்பான வலையைக் கலைக்கும் ஆவேசம் அவனுக்கு வந்ததில்லை. திரையரங்கால் அந்த முழு பிரதேசத்திற்கும் ஒபேரா ஹௌஸ் என்ற பெயர் ஏற்பட்டதால், காலப்போக்கில் அந்த முழு இடமே தன் வீடு என்பதைப்போல இந்திரநீலன் அதில் மூழ்கிக் கிடந்தான்.

இப்போது இந்தக் கடைசிக் காட்சியின் அப்பர் ஸ்டாலில் டி – ஐம்பத்தி எட்டு சீட்டுக்கு அடியில் கிடைத்த இந்த தர்மாஸ் பிளாஸ்க் நினைத்ததைவிடவும் அவனைச் சுறுசுறுப்பாக்கியது. அது புதிதாக வாங்கிய பிளாஸ்காக இருக்கவில்லை. அதன் மூடியின் மெல்லிய வெள்ளை நிறம் பொலிவை இழந்திருந்தது. அதனால் உறுதியாக அதில் யாரோ யாருக்காகவோ நிறைத்த

பானம் இருந்திருக்கலாம். அதை ஒருமுறை பார்த்துவிட்டால் நல்லதல்லவா? அது நாளை வரை கெடாமல் இருக்குமல்லவா? மூடியைத் திறந்தால் அது கெட்டுவிடுமா, இந்திரநீலனுக்கு அதைத் தன்னிடம் வைத்துக்கொள்வதே நல்லது என்று தோன்றியது. மயிலிலிருந்து மெல்ல எழுந்து பாலேகர் தனக்காகவே சிறிது திறந்து வைத்ததுபோல இருந்த கிரில்லின் இடையில் நுழைந்து போய் பாக்ஸ் ஆபீசின் பக்கத்தில் இருந்து அந்தப் பையை எடுத்துக்கொண்டான். கண்டிப்பாக – இது ஏதோ மருத்துவமனைக்குப் போகவேண்டிய பிளாஸ்க். ஆனால் மருத்துவமனைக்குப் புறப்பட்டவர் சினிமாவுக்கு எதற்காக வந்தார்? அல்லது இரவு மருத்துவமனையில் விழித்திருக்க வேண்டியதால் சிறிது ஓய்வெடுக்க வேறு எங்கும் இடமில்லாமல் இங்கே வந்து இரண்டு மணி நேரம் தூங்கி, எழுந்து போகும் அவசரத்தில் மறந்துவிட்டாரா? இந்திரநீலன் இப்போது பிளாஸ்க்கை முழுமையாக வெளியே எடுத்தான். அதன் உடல் முழுவதும் கடும் சிவப்பு நிறத்தில் சீட்டுக்கட்டு சித்திரங்கள் அடர்ந்திருந்தன. மேல் மூடி வெள்ளையாக இருந்தது. மறுபடி அதை வைக்கும் முன் பையைப் பார்த்தபோது அதில் சின்ன காகிதத் துண்டு ஒன்று இருந்தது. இந்திரநீலன் அதை எடுத்து வெளிச்சத்தின் பக்கமாக நடந்து படித்தான். அதில் கிறுக்கெழுத்தில் தேவநாகரியில் நந்தாபாயி, சோனாவாலா பில்டிங், தாடாதேவ் என்று எழுதி இருந்தது.

தாடாதேவ் தொலைவில் இல்லை. தூக்கமும் நெருங்கவில்லை. அந்த நடு இரவில் காலித் தெருவில் சரசரவென்று நடந்தால் பதினைந்து நிமிட வழி. கொடுத்து விட்டு வரலாம் என்று தன் பையில் இருந்த டார்ச்சை எடுத்து அதே பையில் வைக்க முனைந்த தருணத்தில் மகண்பாய் தடதடவென்று படி இறங்கி வந்து 'வா அந்த தெரியாத உரிமையாளனின் பெயரில் ஒரு கப் குடித்துவிடலாம்' என்று பிளாஸ்க்கைப் பறித்துக்கொண்டு தடதடவென்று மேலே ஓடினான். மரப் படிகளின் சத்தம் மேலும் நாராசமாக இருந்தது. 'டே ... டே ... டே ... நில்லுடா' என்று இந்திரநீலன் அவன் பின்னால் ஓடினான். 'வேண்டாம் விடுடா அதில் வீட்டு விலாசம் இருக்கு. யாருக்கோ அவசரமாகத் தேவை இருக்கலாம் ... கொடுத்து விட்டு வருகிறேன் ... தயவு செய்து குடிக்க வேண்டாம்' என்று கெஞ்சுவதற்குள் பாலேகர் பிளாஸ்கை திறந்து, அதை பிளாஸ்டிக் கோப்பையில் ஊற்றி ... தத் இது என்ன என்று தலையில் அடித்துக்கொண்டான். பிளாஸ்கில் ஒன்றும் இருக்கவில்லை! அது காலியாக இருந்தது. அதிலிருந்து குளிர்ந்த மெல்லிய இருள் கோப்பையில் வீழ்வது போல இந்திரநீலனுக்குத் தோன்றியது.

'ச்சீ, சும்மா இந்த நேரங்கெட்ட நேரத்தில ஏமாந்து போயிட்டோம் பாரு' என்று பாலேகர் – 'ப்ளீஸ் இன்னைக்கு, எப்படியும் பிளாஸ்க் இருக்கு, போய் கொஞ்சம் டீ வாங்கியாடா' என்று கெஞ்சினான். பணிவாக இந்திரநீலன் பிளாஸ்க்கை வாங்கிக்கொண்டு, இருள் ஒளிகளால் செதுக்கி வைத்ததுபோலத் தெரிந்த ஒபெரா ஹௌஸ் கேட்டைத் தள்ளிக்கொண்டு வெளியே வந்தான். வலது பக்கம் தொலைவில் ராக்ஸி சினிமா எதிரில் மூன்று பலகார வண்டிகள் ஆழ்ந்த மௌனத்தில் எதெதையோ வேகவைத்துக் கொண்டிருந்தன. அவை இப்போது யாரையும் கூவி அழைக்கத் தேவையே இல்லை. தேவைப் பட்டவர்கள் அமைதியாக கனவில் நடப்பதைப்போல அங்கே வந்தடைந்து சோர்ந்த கண்களுடன் தின்பார்கள். பகலில் எங்கே மாயமாகின்றனவோ இந்த வண்டிகள். நடு இரவில் உத்பவ மூர்த்திகளைப்போல, வெற்றுத் தெருக்களில் எழுந்து நிற்கின்றன. ஒபேரா ஹௌசின் எதிர் நடைபாதையில் படுக்கும் மக்கள் அப்போதே தங்களுக்குரிய இடத்தை சுத்தம் செய்து படுக்கைகளை விரித்துக்கொண்டிருந்தார்கள். எலக்ட்ரிக் கிரிட் அருகே படுக்கும் சபன் 'இன்று சிங்கள் பல்டி முட்டை சாப்பிடலாமா?' என்று கத்தினான். இந்திரநீலனோ வேலை இருக்கு பொறு என்பதைப்போல கை காட்டி வேகவேகமாக கென்னடி பிரிட்ஜ் பக்கம் நடக்கத் தொடங்கினான். 'இன்னைக்கு யாரு கூப்பிட்டிருக்காங்கப்பா, பர்வீன் பாபியா, ஜீனத் அமனா?' என்று சபன் உரக்கச் சிரித்தான்.

பிளாஸ்க் காலியாக இருந்ததால் நெஞ்சிலிருந்த பாரம் குறைந்ததுபோல இருந்தது. கென்னடி பிரிட்ஜ் ஏற்றத்தில் இருந்து திரும்பிப் பார்த்தான். ஒபேரா ஹௌஸ் மிகவும் சோர்ந்து, அதில் இப்போது மகண்பாய் மற்றும் பாலேகர் இருப்பதே பொய் என்பதைப்போலத் தெரிந்தது. பகலாக இருந்தால் வான நோக்கி தலை தூக்கிப் பிரார்த்தனை செய்வதுபோல தெரியும் அதன் குவிமாடங்கள் இப்போது இருட்டில் கரைந்து கொண்டிருந்தன. கென்னடி பிரிட்ஜின் பக்கத்துக் கட்டிடத்தின் வண்ண வண்ண சன்னல்களில் இருந்து சாரங்கி மற்றும் கொலுசுகளின் ஒலிகள் மிதந்து வந்தன. கடந்த வாரம் 'ஹைவான்' படத்து மேட்னி காட்சிக்கு வந்திருந்த அங்கிருக்கும் பெண்கள் 'என்ன இந்து தியேட்டரை மூடப்போறாங்களாம், நிஜமா, எங்களுதும் அப்படித்தான், இந்தப் பாட்டு, ஆட்டம் எல்லாம் இப்ப யாருக்கு வேணும் சொல்லு. மும்பையின் சந்துபொந்துகளுக்குள்ள எல்லாம் டான்ஸ் பார் திறக்கறாங்க. எல்லாம் அங்கதான் போவாங்க. 'பாகீஜா', 'உம்ராவ்ஜான்' 'முகலே அஜாம்' பாட்டுகள் இப்ப யாருக்கும் தேவை இல்லை. கையில

காசில்லாத கிழட்டு சேட்டுங்க மட்டுந்தான் இங்க வர்ராங்க” என்று ‘டப்பா படத்தை போடறீங்கப்பா நீங்க’ என்று சொல்லிவிட்டுப் போனார்கள்.

‘டைம்பாஸ் ஆகணும்னா வா எங்க கோட்டிக்கு’ (வீடு) என்று சாவலி சொன்னாள். வெள்ளந்தியான பெண் அவள். சாவலி என்று எதற்கு அழைக்கிறார்களோ. அந்தப் பெண்கள் பகலில் அரிசியில் கல் பொறுக்கிக்கொண்டோ அல்லது நடைபாதையில் தக்காளி பேரம் பேசிக்கொண்டோ இருப்பார்கள். டைம் பாஸ் என்று சாவலி சொன்ன வார்த்தை எப்படியோ இந்திரநீலனுடன் இணைந்துவிட்டது. விக்டோரியா டெர்மினசில் அல்லது ராதாபாய் டவரில் இருக்கும் பெரிய கடிகாரம் டண் டண் என அடிக்கும் மணிக்கும் இந்த டைம்பாசுக்கும் எந்த சம்பந்தமும் இல்லை. தன் வயிற்றில் கட்டி இருந்த வட்டக் கூடையில் பிரமிடைப் போல பொட்டுக்கடலை, கடலைகளைக் குவித்துக்கொண்டு பகல் முழுவதும் இங்கே திரியும் சனாவாலா கூட ‘டைம்பாஸ்... டைம்பாஸ்... எட்டணாவில டைம்பாஸ்’ என்று மக்களை அழைத்துக்கொண்டே இருப்பான். அவன் கூடையில் கடலை மேல் ஒரு சின்ன தீச்சட்டியையும் வைத்திருப்பான். அதில் செக்கச் செவேலென்று சுடர்விடும் அனலும் இருந்தன. அந்த சின்ன சட்டியைச் சுற்றி ஓட்டைகளும் இருக்கும். அதை அணையாமல் அவன் பார்த்துக்கொள்வான். அந்தச் சூடான சட்டியைத் தன் கடலை மேல் எல்லா இடத்திலும் வைத்து தன் சரக்கை சுடச் சுட டைம்பாஸ்க்கு தயார் செய்கிறான். தொடக்கத்தில் கடைசிக் காட்சியின் இடைவேளைக்கும் தவறாமல் திரையரங்கின் முன் வருவான். இப்போது அவன் வருவதில்லை. அலைந்து திரியும் சனாவாலாவின் அந்தச் சின்ன தீச்சட்டி இந்திரநீலனின் நினைவிற்கு வரும். பால்யத்தில் அம்மா ஏற்றிய அடுப்பைப் போல அந்த வினோதமான சூட்டை அவனுக்குள் எழுப்பியது. அடுப்பை எரிக்கும் பொழுது அம்மாவின் முகமும் ஒளிரும். தூக்கத்தில் இருந்து எழுப்பியதைப்போல இருக்கும் அந்த முகம் தெளிவாகத் தெரியும். இந்திரநீலனுக்கு இதுபோன்ற தீச்சட்டிகள் வினோதமாக மெய்மறக்கச் செய்யும். அதற்காக அவன் லாண்டரிக்கார பபன் விடியற்காலையில் நடைபாதையில் கோணிப் பையை விரித்து தன் பழைய இஸ்த்ரிப் பெட்டிக்கு நெருப்புப் போட்டு காற்றுவீசு வதை பார்த்துக்கொண்டே இருப்பான். அவனும் காற்று வீசுவான். அந்தச் சூடு அந்த மெய்மறத்தல் அதுதான் டைம்பாஸ், உண்மை யான டைம்பாஸ் . அப்படி என்றால் குளிர்ச்சியாக காலியாக இருக்கும் இந்த பிளாஸ்க் இந்த நடு இரவில் என்ன சொல்கிறது?

பிளாஸ்கே அவனை நடக்க வைக்கிறதோ என்பதைப்போல இந்திரநீலன் கென்னடி பிரிட்ஜ் பக்கத்துப் படிகளில் இறங்கி தெரு ஓரத்து சாய்வாலா அருகே போய் நின்றான். நீல ஜ்வாலையின் பூக்கள் மேல் கொதிக்கவைத்து அவன் ஆகாய உயரத்திலிருந்து ஊற்றி பிளாஸ்கை நிறைப்பதைப் பார்த்தான். அங்கே இருந்து எழுந்த தேநீர் மணம் மஞ்சள் விளக்கோடு கலந்து இரவைப் பசுமையாக்கியது. சாய்வாலா இரவு தேகத்தைத் தடவிக் கொடுக்கும் அம்மாவைப்போல இருந்தான். சூடான பிளாஸ்க்கை எடுத்துக்கொண்டு இந்திரநீலன் இப்போது கோட்டியின் குறும்புப் பெண்களின் கண்ணில் விழக்கூடாது என்று எச்சரிக்கையுடன் சரசரவென்று கீழே சந்தில் நடந்தான். திரும்பத் திரும்ப தலையைத் திருப்பி மேல் மாடியின் வானத்து சன்னல்களைப் பார்த்துக்கொண்டே நடந்துகொண்டிருந்தவனை 'பகட்லியா' (பிடித்துவிட்டேன்) என்ற பெண்ணின் கிண்டல் குரல் சட்டென்று நிறுத்தியது. சாவலியும் அவள் தோழிகளும் எதிரில் நின்றிருந்தார்கள். கூடவே அவர்களுடைய காவல்காரத் தடியனும் இருந்தான். இந்தப் பெண்களை கருப்புக் கண்ணாடி கார்கள் தூக்கிச் செல்லக்கூடாது என்று அவன் எப்போதும் அவர்களை கண்காணித்துக் கொண்டிருப்பான். அவர்கள் சினிமாப் பார்க்க வரும்போதும் அவர்களுடன் வருவான். சாவலி கையில் துப்பாக்கி இருப்பதைப்போல நடித்துக்கொண்டு இந்திரநீலனின் மார்பிற்குக் குறிவைத்து 'ஹேண்ட்ஸப்' – சீக்கிரம், ஊம், எங்கள் ஏரியாவிலிருந்து இந்த நடு இரவில் டீ ஸ்மக்கலிங் செய்கிறாயா, சரக்கை இங்கே கொடு' என்று சிரித்து பிளாஸ்க்கைப் பறித்துக்கொண்டு அவள் கட்டிடத்திற்குள் நுழைந்து விட்டாள். மற்ற பெண்கள் அவள் பின்னால் ஓடினார்கள். 'வேண்டும் என்றால் நீயும் வா' என்று ஒருத்தி அழைத்தாள். என்ன செய்வது என்று தெரியாமல் இந்திரநீலன் சிரித்துக்கொண்டே அவர்கள் பின்னால் நடந்தான்.

அதுவும் கூட அநேகமாக ஒபேரா ஹௌஸைப்போல பழைய விக்டோரியன் படிவங்களைப்போலான கட்டிடம். மேல் மாடியில் 'நாச் கானா' அறைகள். மேலே ஏறும் படிகள் தொடங்கும் மையத்திலேயே வலதுபக்கம் ஒரு அறை. அதில் பெண்கள் கூட்டாகத் தங்கும் இடம். அலங்காரம் இல்லாமல், மேலே இருந்து மேடமின் குறிப்பான அழைப்பு வராமல் இவர்கள் யாரும் மேலே போகக்கூடாது. பெண்கள் எல்லாம் அங்கே சிதறி உட்கார்ந்திருந்தார்கள். உள்ளே இருந்து காது மூக்கு சப்பையான ஒருத்தி நான்கைந்து கோப்பைகளை எடுத்து வந்தாள். சாவலி எல்லாக் கோப்பைகளிலும் தேநீர் ஊற்றினாள். முதல் மிடறைக் குடித்தபோது உற்சாக அலையொன்று அங்கே பொங்கியது.

'இன்னைக்கு மதியம் மீன் வறுத்திருந்தோம். காலா மீன் சாப்பிடறாயா' என்று ஒருத்தி கேட்டாள். வேண்டாம் என்றான். 'மராட்டிக்காரர்கள் போல ஒப்புக்கு எதுக்கு கேக்கறே? கொடு திம்பாரு. வீட்டில் செஞ்சது அவருக்கு எங்கே கிடைக்கும் சொல்லு' என்றாள் மற்றொருத்தி. அதற்கு 'அட ஆத்தி, யாரு உன் புருசன் மீன் வாங்கிக்கொடுத்தானா? ஆபீசில இருந்து இன்னும் புருஷன் வரலையாடி?' என்று கிண்டல் செய்தாள். அதற்கு அவள் 'ஏன் சாவலி, உன் அத்தை கதை என்னடியம்மா, அவள் சாப்பிட்டு முடிக்கிறவரைக்கும் நீ சாப்பிட முடியாதாமே உண்மையா?' என்று திருப்பிக் கிண்டல் செய்தாள். நீளமான குச்சி முகத்து யாஸ்மின் – 'பாவம், என் கணவன் துபாயிலிருந்து இப்பத்தான் வந்திருக்கான் பாருங்கடி' என்று இந்திரநீலனின் தாடையில் விரலைத் தடவினாள். கிச்சுக்கிச்சு மூட்டியதைப்போல இந்திரநீலன் கழுத்தைக் குறுக்கி அசைத்து – 'போதும் போதும் உங்க கிண்டல். என் பிளாஸ்க்கைக் கொடுங்க' என்று எழுந்து நின்றான். 'ஏ புருசா, எனக்கு டூ இன் ஒன் வாங்கியாறலயாடா … சைனா சில்க் வாங்கியாரலையா' என்று இப்போது சாவலி அவனைச் சீண்டினாள். குறும்புக்கார பத்மினி 'சேலைகீலை வேண்டாம், எனக்கு ஃபாரின் ஜட்டி வேணும். அதில் பின்னல் பூ எல்லாம் இருக்கும். ஆடும்போது நான் இப்படி காக்ராவை மேல தூக்கி, அந்தப் பூவை சட்டுனு காட்டுவேன்' என்று தன் காக்ராவை மெல்ல ஸ்லோமோஷனில் மெல்ல தூக்கினாள். இந்திரநீலன் 'பாப்ரே' என்று கூவி அந்த பிளாஸ்க்கை எடுத்துக்கொண்டு வெளியே ஓடினான்.

எல்லோரும் மகிழ்ச்சியால் சிரித்தார்கள். சாவலி 'சாய்வாலா விடம் திரும்பவும் வாங்கிக்கிட்டுப் போ. எங்க கணக்கில. பணம் கொடுக்க வேண்டாம் …' என்று சொன்னாள். இந்திரநீலன் பணிவானவன் போல மறுபடியும் தேநீர் நிறைத்துக் கொண்டான். சாய்வாலா சிரித்துக்கொண்டே 'குறும்புக்கார பொம்பளைங்க. பணத்தை அவங்ககிட்ட வாங்கிக்கறேன் நீ போ' என்றான். இந்திரநீலன் குளிர்ந்த காற்றில் சூடான பிளாஸ்க்கை மார்போடு அணைத்துக்கொண்டு ஓபேரா ஹௌஸ் பக்கமாக நடந்தான்.

பிளாஸ்க்கிலிருந்து அவனுக்கு சாவலி மற்றும் அவள் தோழிகளின் குரல்கள் கேட்டன. பிள்ளைகள் குடும்ப விளையாட்டு விளையாடுவதுபோல அவர்கள் அவர்களுடைய விதத்தில் விளையாடிய பொய்யான குடும்ப விளையாட்டுக் குரல்கள் சூடாக இருந்தன. அவை எல்லாம் இந்த பிளாஸ்க்கில் இருக்கிறது. சனாவாலாவின் சின்ன தீச்சட்டி, சாய்வாலா ஸ்டவ்வின் நீல உஷ்ணம், பபன் இஸ்த்ரிப் பெட்டியின் அனல் – எல்லாம் இதில் இருக்கிறது. இதை சீக்கிரமாக ஓபேரா

ஹௌசின் வெறுமைக்கு கடத்தவேண்டும் என்பதைப்போல அவசரமாக ஓடி கேட்டைத் தள்ளி வறண்ட நீரூற்றின் மங்கிய மயில்களைத் தாண்டி, தட தட என்று படிகளை ஏறி பால்கனியின் திண்ணையை வந்தடைந்தான்.

பார்த்தால், தங்கள் விளையாட்டை முடித்து மகண்பாய் மற்றும் பாலேகர் அப்போதே உருண்டு தூங்கிவிட்டார்கள். அவர்கள் இப்போதுதான் படுத்திருக்க வேண்டும் என்று 'ஏ... ஏ... தூங்கிட்டீங்களா?... சுடச் சுட தேநீர் வாங்கியாந்திருக்கேன்... எந்திரிங்க... எந்திரிங்க...' என்று மெல்ல உசுப்பிப் பார்த்தான். இல்லை அவர்களுடைய தேகங்களின் மேல் லோக்கல் இரயில் பாய்ந்துபோனாலும் எழமுடியாத அளவுக்கு ஆழ்ந்த தூக்கத்தில் இருந்தார்கள்.

மகண்பாயின் ஒரு கால் தானாக அதிர்ந்துகொண்டிருந்தது. பாவம், அவங்கதான் வாங்கியாரச் சொன்னது. குடிக்காம தூங்கிட்டாங்களே. இனி நாளைவரை இது தாங்காது என்று அவர்களை அசைக்க கை நீட்டினான். கை மறுபடியும் பின் வாங்கியது. பாவம், மிகவும் சோர்ந்திருப்பார்கள். மகண்பாய் நாள் முழுக்க கழுதை மாதிரி உழைக்கிறான். கடந்த வாரம் நீண்ட குச்சித் துடைப்பம், ஏணி வாங்கிவந்து நேரம் கிடைக்கும்போதெல்லாம் ஒபேரா ஹௌஸின் மின்விசிறிகளை, பழங்காலத்து வண்ணவண்ணமாகத் தொங்கும் விளக்குகளை சுத்தம் செய்தான். 'சினிமா பார்த்தவர்கள் எல்லாம் தங்கள் வீடுகளுக்குப் போய் மகிழ்ச்சியாக இருப்பார்கள்... நீ எதுக்கு சாகறே? போதும் வா' என்றால் 'ச்சே... நம்ம வீடுப்பா இது. இதை நாம நல்லா வைச்சுக்கலைனா வேற யாரு சுத்தமா வச்சுக்குவாங்க. அமிதாப் பச்சன் வருவானா இதைத் துடைக்க? ஹா?' என்று மிரட்டி, உதட்டைக் கோணலாகக் கடித்துப் பிடித்து தன்பாட்டிற்கு பழங்காலத்து வேலைப்பாடுகளுள்ள கண்ணாடி விளக்கை தேய்த்துக்கொண்டே இருப்பான். பாலேகருக்கோ கொஞ்சம் தச்சு வேலையும் வருமாதலால், காலை மாலை காட்சி தொடங்கும்வரை, ஆணி, சுத்தியல், ரம்பம், பிளாஸ்டிக் துணி, சாக்குத் துணிகளை வைத்துக்கொண்டு ஒடிந்த நாற்காலி களைப் பழுது பார்த்துக் கொண்டிருப்பான். ஸ்பாஞ்ச்கள் இல்லாத நாற்காலிகளுக்குள் டைலர் கடையின் துண்டுத் துணிகளைத் திணிக்கும் யோசனை அவனுடையதுதான்... யோசனை சொன்ன குற்றத்திற்கு அதை நடைமுறைப்படுத்தும் தலையெழுத்தும் அவனைச் சேர்ந்தது. இந்திரநீலன் சேரும் முன்பிருந்தே இருப்பவர்கள் அவர்கள். இருவருக்கும் பிரோஜெக்ஷன் அறையின் மேற்பார்வையும் தெரியும்.

உருண்ட மரங்களைப்போல சோர்ந்து விழுந்து கிடந்த இருவரையும் எழுப்புவது பாவம் என்று தோன்றினாலும் அவர்கள் ஆசையை நிறைவேற்றுவது மேலும் கடினமாகலாம் என்று தோன்றி 'சாய்... சாய்... கர்மா கரம் சாய்' (டீ... டீ... சூடான டீ...) என்று இந்திரநீலன் உரக்கக் கத்தினான். திடீர் என்று இருவரும் எழுந்து உட்கார்ந்தார்கள். தூக்கம் மற்றும் விழிப்பிற்கு இடையேயான ஒரு வகை முட்டாள் சிரிப்பை சிரித்து, விடிந்து விட்டதோ, தங்கள் வேலைக்குத் தாமதமாகி விட்டதோ – என்ற பயத்தில் 'ச்சே... ச்சே... நேரமாயிடுச்சு' என்று எழுந்து நின்று படுக்கையை மடித்தார்கள். இந்திரநீலன் 'ஏ... ஏ... இப்ப இன்னும் இரண்டரைதான். இன்னும் நாலு மணி நேரம் தூங்கலாம்' என்றதும் அடங்கி உட்கார்ந்தார்கள். கௌண்டரில் இருந்து இரண்டு கோப்பையை எடுத்து வந்து தேநீர் ஊற்றும்வரை பணிவான சிறுவர்களைப்போல தூக்கக் கண்களுடன் காத்திருந்தார்கள். சுடச் சுட தேநீர் அருந்தியவர்கள் 'க்யா பாத் ஹை' என்று உற்சாகமாக 'வாஹ்... தெம்பா இருக்கு' என்று போர்வையை இழுத்துக்கொண்டு இரண்டே நொடியில் குறட்டை விடத் தொடங்கினார்கள்.

விளக்குக்கு அருகே போய் இந்திரநீலன் மறுபடியும் விலாசத்தின் சீட்டைப் பார்த்தான். இந்த இரவுக்கும் அந்த விலாசத்திற்கும் சம்பந்தமே கிடையாது. இந்த ஒபெரா ஹௌஸுக்கும் அந்த விலாசத்திற்கும் சம்பந்தமே இல்லை. இந்த இருவரின் ஆழ்ந்த உறக்கத்திற்கும் அந்த விலாசத்திற்கும் சம்பந்தமே இல்லை. சாவலி மற்றும் தோழிகளின் அறைக்கும் அந்த விலாசத்திற்கும் சம்பந்தமே கிடையாது. ஆம் அந்த விலாசத்திற்கான பொருள் பகலில் மட்டுமே வரலாம். பகலில் கடைகள், வங்கிகள் தங்கள் ஷட்டர்களைத் தூக்கும்போது, மக்கள் இஸ்த்ரி ஆடைகளைப் போட்டுக்கொண்டு நடமாடும் போது அந்த விலாசத்திற்கு உயிர் வரும். அது புதிய இடத்தில் இருக்கும். வேறு மூலையில் இருக்கும். கதவைத் திறப்பவர்கள் 'என்ன வேண்டும்?' என்ற கண்களால் பார்ப்பார்கள். தேங்க் யூ என்று சொல்வார்கள். எல்லாம் பகலில். ஆம் இப்போது எங்கேயும் எடுத்துச் செல்லக்கூடாது இதை. இப்போது இந்த பிளாஸ்க் இங்கேயே இருக்க வேண்டும். இந்த முழு ஒபேரா ஹௌஸின் உயிரைப்போல, இந்த வேலைப்பாடுகளின் பழைய மரத்து மாடியுடன் பேசிக்கொண்டு, கிழிந்த வெள்ளித் திரையைத் தைத்துக்கொண்டு, சாவலியின் கரைந்த கண் மையை சரிப்படுத்திக்கொண்டு, சனாவாலாவின் தீச்சட்டியை ஊதிக்கொண்டு...

உட்கார்ந்த இடத்திலேயே சாய்ந்த இந்திரநீலன் கண் திறந்தபோது அதிர்ந்து போனான். எரியும் புதிய வெளிச்சம்

ஒன்று எல்லா சன்னல்களையும் கிழித்துக்கொண்டு சீறும் சிறுத்தையைப்போல பாய்ந்து வெறுமையான திரையரங்கில் நடமாடிக் கொண்டிருந்தது. எங்கேயும் யாரும் இருக்கவில்லை. பிளாஸ்க் பொலிவற்று ஒளிக்கதிரில் நனைந்து கொண்டிருந்தது. அதை எடுத்துக்கொண்டு வளாகத்திற்கு வந்தான். அங்கே நிறைய மக்கள் கூடி இருந்தார்கள். மகண்பாய் பெருமூச்சுடன் எதையோ கூவிச் சொல்லிக்கொண்டிருந்தான். அவன் விநோதமாக அழுவதுபோலவும் தோன்றியது. பாலேகர் இந்தப் பக்கமாக ஓடிவந்தவன் 'எல்லாம் நாசமாப் போச்சு. ஒபேரா ஹௌஸை இன்னையிலிருந்து மூடப் போறாங்கலாம். முடிஞ்சது, எல்லாம் முடிஞ்சது. இனி மூட்டையைக் கட்டு. கேட்டை பூட்டி இருக்காங்க. இல்லை இதை இடித்து ஷாப்பிங் காம்ப்ளக்ஸ் கட்டலை. ஏன் என்றால் இது பழங்காலத்து கலைக் கட்டிடமாம், நினைவுச் சின்னமாம், இதை இப்படியே வைத்திருப்பார்களாம். நாம் எங்கே போவது . . . இன்றிலிருந்து' என்று இந்திரநீலனின் கழுத்தைக் கட்டிக்கொண்டு அழுதான்.

புதியதொரு பகல் கனவைப்போல இந்த நொடி தனக்கு எந்த விதமான பாதிப்பும் ஏற்படவில்லையே என்று இந்திரநீலன் அதிர்ந்து போனான். ஏறும் வெயிலில் எல்லோரும் பழுத்த கிழங்களைப்போல தெரிந்தார்கள். நீரூற்றின் மயில் விகாரமாகத் தெரிந்தது. அதன் கண் இருந்த இடத்தில் கோலிக் குண்டின் சிறிய துண்டொன்று சிதறியிருந்தது. நேற்றுவரை ஒட்டிக்கொண்டிருந்த சினிமாச் சுவரொட்டிகள் இன்றிலிருந்து விடுதலை பெற்ற மகிழ்ச்சியில் தெரிந்தன. இரு போலீஸ்காரர்கள் பூட்டுப்பூட்டிய கேட்டின் எதிரில் உள்ளங்கையில் புகையிலையைத் தேய்த்துக்கொண்டு நின்றிருந்தார்கள். மகண்பாய் 'இப்பப் போய் சுடச் சுட தேநீர் வாங்கிட்டு வா. நாம அழிஞ்சுபோன சந்தோசத்தில எல்லாரும் ஒன்னா சேர்ந்து குடிக்கலாம்' என்று கோபத்தில் சீறினான்.

இந்திரநீலன் ஒபேரா ஹௌஸின் இடது பாகத்து உலோகச் சுருள் ஏணியின் பக்கத்து சின்னக் கதவருகே நடந்துகொண்டு – பாலேகருக்கு 'இதோ வந்தேன்' என்று குனிந்து வெளியே வந்து பகலின் மார்பின் மேல் நடந்தான். பகலில் விலாசம் தவறவில்லை. கங்கா ஜமுனா ஜோடித் திரையரங்குகளின் எதிரில் சோனாவாலா கட்டிடத்தின் ஒற்றை அறை குடியிருப்புகளில் ஒன்றான பி பன்னிரெண்டு கதவு திறந்திருந்தது. இருக்கும் பத்தடி சதுரத்தில் ஒரு கட்டில், டீபாய், மூலையில் தையல் இயந்திரம், இரண்டு இரும்பு நாற்காலிகள், மடித்து வைத்த ஒரு ஓய்வு நாற்காலி, கப்போர்ட், சமையல் திண்ணை, டிரம்களுக்கு நடுவில் கண்ணைச் சுருக்கிக்கொண்டு அரிசியில் கல்

பொறுக்கிக்கொண்டிருந்த பழுத்த கூந்தலுள்ள ஒரு பெண் எழுந்து நின்றாள்.

பிளாஸ்க்கைப் பிடித்துக்கொண்டு நின்றிருந்த இந்திரநீலனைப் பார்த்தவள் ...'வா வா ஆனந்தன் தானே நீ... சின்னவனா இருந்தப்ப பாத்தது. அப்ப எங்க பக்கத்தில இருந்தீங்க நீங்க, வா வா உக்காரு... எதுக்காப்பா தர்மாஸை திருப்பி எடுத்தாந்த. உன் அம்மாவுக்கு என் மேல இன்னும் வருத்தமா... பாத்து... பாத்து... உக்காரு, உனக்கு எல்லாம் தெரியும், புரிஞ்சுக்குவ – நீ... உன் பொண்டாட்டி... எல்லாம் அவங்களை தயா காகான்னு கூப்பிடுவீங்க – தயா காகா நோய்வாய்ப்பட்டு மருத்துவமனையில ரொம்ப நாள் இருந்தாரு. அப்பவும் இப்படித்தான். கஷ்டமா இருந்தது. பால், கஞ்சி எடுத்துக்கிட்டு ஆஸ்பத்திரிக்குப் போக எங்கிட்ட தர்மாஸ் இருக்கலை. உங்க அம்மா, குந்தாதாயின்னு நான் அவளை கூப்பிடுவேன் – உடனே உங்க வீட்டில இருந்த தர்மாஸை பிறகு திருப்பிக் கொடுங்கன்னு சொல்லி பெரிய மனசு பண்ணிக் கொடுத்தாங்க. கெட்ட தலை எழுத்து என்னுது. தயா காகா ஆஸ்பத்திரியில இருந்து திரும்பி வீட்டுக்கு வரவே இல்லை. ஆம்புலன்சில கொண்டுவந்து முகத்தைக் காட்டிட்டு போயிட்டாங்க. தனி ஒருத்தியா என்னால என்ன செய்ய முடியும். உங்க தர்மாஸை திருப்பிக் கொடுத்திருக்கணும், ஆனா முடியவே இல்லை. தீட்டு வீட்டில இருந்து தர்மாஸை திருப்பிக் கொடுத்தா உங்க வீட்டில வாங்கிக்குவாங்களா இல்லையான்னு தயக்கமா இருந்தது. குந்தாதாயி புரிஞ்சுக்குவான்னு சும்மா இருந்தேன். பிறகு பல தடவை குந்தாதாயி இங்க வந்து போனா. ஆனால் இதைப் பத்தி பேச மனசே வரலை. பிறகு நீங்களும் வீடு மாறி பரேலுக்குப் போயிட்டீங்க. கண்டு பிடிக்க முடியலை. பிறகு யாரோ சொன்னாங்க, குந்தாதாயி இங்க எல்லார்கிட்டையும் 'நந்தாபாயி கஷ்டத்துக்கு உதவட்டுமேன்னு கொடுத்த தர்மாஸை அவளே வச்சுக்கிட்டா' ன்னு சொன்னாளாம். கேட்டு வருத்தமாச்சு. நீங்க எங்க இருக்கீங்கன்னு தெரியவே இல்லை. நேத்து பருளேகர் எதிர்பாராம கிடைச்சவர் சொன்னார். குந்தாதாயிக்கு மிகவும் உடம்புக்கு சரியில்லை. பாடியா ஆஸ்பத்திரியில இருக்காங்கன்னு. வருத்தமா இருந்தது. என்னால என்ன உதவி செய்ய முடியும். இது அந்த தர்மாஸ் அல்ல வேற பிளாஸ்க். என் தங்கச்சி விட்டுப் போனது. வழியில போற ஒரு பையங்கிட்ட சொன்னேன் – போயி பாடியா ஆஸ்பத்திரியில இருக்கற குந்தா கோக்ரே ங்கற பேஷண்ட்கிட்ட இதைக் கொண்டு போய் கொடுன்னு... இவ்வளவுதான் ஆனந்தா... என் தப்பொன்னும் இல்லை இதுல ... திரும்ப எதுக்கு எடுத்துக்கிட்டு வந்தே... எப்படி இருக்கா குந்தாதாயி?' என்று தேம்பித் தேம்பி அழுதாள்.

‘இன்றிலிருந்து எல்லாக் காட்சிகளும் ரத்தாகியுள்ளன’ என்று ஒபேரா ஹௌஸின் சுவர் முழுவதும் பல சுவரொட்டிகளை எழுதி ஒட்டி புரியாத மௌனத்தில் சோர்ந்து உட்கார்ந்திருந்த மகண்பாய், பிளாஸ்க்கைப் பிடித்துக்கொண்டு சின்ன கதவு வழியாக குனிந்து உள்ளே கால் வைக்கும் இந்திரநீலனைப் பார்த்ததும் ‘ஏ … டீ வந்திடுச்சு’ என்று கத்தினான். தன்னை நெருங்கியவர்களை சிறிதும் கவனிக்காமல், இந்திரநீலன் பிளாஸ்க்கை பாலேகரின் கையில் கொடுத்துவிட்டு படி ஏறி சுவருக்குப் பின்னால் இருந்த தன் மூலையில் போய் உட்கார்ந்தான். அப்போதுதான் அங்கே நுழைந்த ஒளிக்கதிர் ஒன்று அவன் மீது விழுந்தது. ஒபேரா ஹௌஸ் முழுவதையும் தழுவிக் கொஞ்சும் வெயில் தன்னையும் மகிழ்விக்க உள்ளே வந்ததே என்று தோன்றி அதையே சுவர்ந்து பார்த்து விரலால் மெல்லத் தொட்டான். ஒபேரா ஹௌஸுக்குள் ஒளிந்துகொண்டிருந்த இரவொன்று அந்த ஒளிக்கதிரின் வழியாக மெல்ல பகலுடன் கலக்கத் தொடங்கியது.

○○○

12